காகித றெக்கை
யுகபாரதி

நேர்நிரை

விலை: ரூ. *250/-*
ISBN : 978 978 978 979 5

காகித றெக்கை * கவிதைகள் * யுகபாரதி * © யுகபாரதி * முதல் பதிப்பு: அக்டோபர் *2024* * பக்கம்: *256* வெளியீடு: **நேர்நிரை**, *181,* இரண்டாம் தளம், சி.வி.ராமன் தெரு, ராமகிருஷ்ணா நகர், ஆழ்வார்திருநகர், சென்னை – *600087.* அலைபேசி : 98411 57958 * வடிவமைப்பு: தமிழ்அலை.

தொகுப்பு :
பா. இரவிக்குமார்
புதுவை சீனு. தமிழ்மணி

Kaakitha Rekkai * Poems * yugabharathi * © yugabharathi * First Edition: October 2024 * Pages: 256 * Published by **Nehrnirai**, Second Floor, 181, C.V.Raman Street, Ramakrishna Nagar, Alwarthirunagar, Chennai - 87. Cell: 9841157958 * E-mail: yugabhaarathi@gmail.com * Designs : Tamil Alai, Chennai.

யுகபாரதி

யுகபாரதி, தஞ்சாவூரைப் பூர்வீகமாகக் கொண்டவர். கணையாழி, படித்துறை ஆகிய இதழ்களின் ஆசிரியக் குழுவில் ஆறு ஆண்டுகளுக்கு மேல் இலக்கியப் பங்களிப்புச் செய்தவர். தொடர்ந்து இரண்டு முறை சிறந்த கவிதை நூலுக்கான தமிழக அரசின் விருதைப் பெற்றவர்.

இதுவரை ஒன்பது கவிதைத் தொகுப்புகளும் பத்துக் கட்டுரைத் தொகுப்புகளும் தன்வரலாற்று நூல் ஒன்றும் எழுதியுள்ளார். இந்நூல், இவருடைய பத்தாவது கவிதைத் தொகுப்பு.

வெகுசனத் தளத்திலும் தீவிர இலக்கியத் தளத்திலும் ஒருசேர இயங்கிவரும் இவருடைய திரை உரையாடல்கள் குறிப்பிட்டுச் சொல்லத்தக்க கவனத்தைப் பெற்று வருகின்றன.

திரைமொழியையும் மக்கள் மொழியையும் நன்கு உணர்ந்த இவர், ஏறக்குறைய ஆயிரம் திரைப் பாடல்களுக்குமேல் எழுதியிருக்கிறார். இவரே இன்றைய தமிழ் சினிமாவின் முன்னணிப் பாடலாசிரியர்.

கசங்காத காகித றெக்கைகள்
பா. இரவிக்குமார்

நவீன கவிஞரும் திரைப்பாடலாசிரியருமான யுகபாரதியின் கவிதைகளுள் சிறந்தவற்றைத் தேர்ந்தெடுக்கும் இனிமையான, இக்கட்டான பொறுப்பை நேர்நிரை வெளியீடு எனக்கும், புதுவை சீனு. தமிழ்மணிக்கும் வழங்கியது. எங்களுடைய நண்பரே யுகபாரதி. எனினும், அவருடைய கவிதைகளில் சிறந்தவற்றைத் தேர்ந்தெடுப்பதில் முதலில் எங்களுக்குத் தயக்கமிருந்தது. ஏனெனில், அவருடைய எல்லாக் கவிதைகளுமே எங்களுக்குப் பிடித்தமானவை. அப்படியிருக்கையில் சிறந்தவற்றை எப்படித் தேர்ந்தெடுப்பது? அத்துடன் எங்கள் தேர்வை யுகபாரதி எவ்வாறு எடுத்துக்கொள்வார் எனவும் யோசனை இருந்தது. அவரே நாங்கள் தேர்ந்தெடுக்கச் சம்மதம் தெரிவித்த பிறகுதான் இணைந்து இப்பணியை மேற்கொள்ளத் தொடங்கினோம்.

இருபதாம் நூற்றாண்டிலும், இருபத்தோராம் நூற்றாண்டிலும் மிகுதியான கவிதைகளை எழுதியவர்களுள் பாவேந்தர் பாரதிதாசன், ஈரோடு தமிழன்பன், மனுஷ்யபுத்திரன் ஆகியோர் குறிப்பிடத்தக்கவர்கள். 'மனப்பத்தாயம்' தொடங்கி 'பின்பாட்டு' வரை எழுதியுள்ள யுகபாரதி, குறுகிய காலத்தில் ஏராளமாக எழுதிக் குவித்துள்ளார். புகழ்

பூத்த பாடலாசிரியராக இயங்கிக்கொண்டே, இவரால் இவ்வளவு கட்டுரைகளையும், கவிதைகளையும் எப்படி எழுதமுடிகிறது என்று எண்ணி எண்ணி வியந்திருக்கிறோம்.

திரைப்படப் பாடல்களையும், கவிதைகளையும், கட்டுரைகளையும் எழுதுவதற்குத் தனித் தனியான மனநிலைகள் வேண்டும். பயிற்சி இருந்தால், திரைப்பாடல்களை எழுதிவிடலாம். உழைப்பு இருந்தால் கட்டுரைகளை எழுதிவிடலாம். கவிதை அப்படியல்ல; தன் உயிரைப் பிசைந்து, மொழியில் முயங்கி, இதயத்திற்கு அருகில் நின்றுகொண்டு, ஒவ்வொரு முறையும் பிறப்பது கவிதை. ஒரே நேரத்தில், தாயாகவும் குழந்தையாகவும் இருப்பவன் கவிஞன். வாழ்க்கையின் அற்புதமான கணங்களை மீட்டுவது கவிதை.

கவிதைக்கான மனநிலையைத் தொடர்ந்து இருபத்தைந்து ஆண்டுகளுக்கும் மேலாக யுகபாரதி தக்கவைத்துக் கொண்டிருப்பது வியப்பிலும் வியப்பு. யுகபாரதி எழுத வருவதற்கு முன்பு எழுதிய முன்னோடிக் கவிஞர்களெல்லாம் இன்று கவிதை எழுதுவதையே நிறுத்திவிட்டார்கள். தனக்கான மொழியைக் கண்டடைந்தவுடன், பல்வேறு வடிவங்களில், பல்வேறு பாடுபொருள்களில், எளிய மொழியில், கவித்துவம் குன்றாமல் கடந்த பல வருடங்களாக யுகபாரதி கவிதையுலகில் இயங்கி வந்துள்ளார் என்பது கவனிக்கத்தக்கது.

வானம்பாடி இயக்கத்திற்குப் பிறகு தொண்ணூறுகளின் இறுதியில் எழுதவந்த யுகபாரதி, மரபுக் கவிதையில் ஆழ்ந்த பரிச்சயம் உடையவர். அதுவே, அவருடைய திரையிசைப் பாடல்களின் வெற்றியைப் பெரிய அளவில் சாத்தியப்படுத்திற்று எனலாம். அத்துடன், இடதுசாரிப் பின்புலத்துடன் இயங்கினாலும், தமிழ்த்

தேசியப் பார்வையும் அவருக்குண்டு. யுகபாரதி, இன்ன அரசியல் தத்துவத்தின் பின்னணியில்தான் இயங்குகிறார் என்று எந்த முத்திரையையும் குத்திவிட இயலாது. திராவிட இயக்கங்களின் அரசியலை அறிந்த அவருக்குப் பொதுவுடைமைத் தத்துவத்தின் ஆழமான பரிச்சயமும் பின்புலமும் உண்டு. அவர் வளர்ந்த சூழல் அவருக்கு அவ்வாய்ப்பினை வழங்கியுள்ளது.

இலக்கியப் பத்திரிகையான கணையாழியில் ஆறு ஆண்டுகள் ஆசிரியர் குழுவில் பணியாற்றியதால் நவீனக் கவிதைகளின் போக்குகளை உள்வாங்கிக் கொண்டிருக்கிறார். எனக்குத் தெரிந்து நவீன கவிதைகளை எழுதிய திரையிசைக் கவிஞர்களில் பழநிபாரதி, தாமரை, கபிலன், நா.முத்துக்குமார், யுகபாரதி ஆகியோர் முதன்மையானவர்கள். அவர்களில் ஈழப்பிரச்சனை, காவிரிப் பிரச்சனை, கும்பகோணத்தில் மாணவர்களின் தீவிபத்து என்று அனைத்து நிகழ்வுகளுக்கும் தீவிரமாக எதிர்வினையாற்றியவராக யுகபாரதியைச் சொல்லலாம். இலக்கியத்தில் இப்படித்தான் இயங்கவேண்டும் என்று எந்தவிதமான திட்டமிடலும் இல்லாமல், இயல்பாக இயங்கி வருபவர். அவரளவில் இலக்குண்டு. எனினும், அதை பிரசங்கப்படுத்திக்கொள்ள விரும்பாதவராக அவர் இருந்துவருகிறார்.

யுகபாரதியைப் பேசும்பொழுதெல்லாம், ‘தண்ணீரைப் போல எளிமையானவர்’ என்றுதான் பேசுவேன். யுகபாரதியின் கவிதைகளும் தண்ணீரைப் போல எளிமையானவை என்பதை இத்தொகுப்பை வாசிக்கும்போது உணரலாம். ஆயிரக்கணக்கான கவிதைகளை எழுதிக் குவித்துள்ளதால், இவற்றுள் சிறந்தவற்றைத் தேர்ந்தெடுப்பது சவால் நிறைந்த பணியாக இருந்தது என்பதைக் குறிப்பிடவேண்டும்.

எதைத் தேர்ந்தெடுப்பது என்பதைவிட எதை நீக்குவது என்ற குழப்பத்துடன்தான் மீண்டும்

மீண்டும் யுகபாரதியின் கவிதைகளை வாசித்தோம். யுகபாரதி எழுதியுள்ள கவிதைகளை வேறு யாராவது தொகுத்திருந்தாலும், இத்தொகுப்பில் இடம்பெற்றுள்ள கவிதைகளைத் தவிர்த்திருக்கமுடியாது என்றே கருதுகிறோம்.

எந்த அடிப்படையில் இத்தொகுப்பிலுள்ள கவிதைகள் தொகுக்கப்பட்டுள்ளன என்பதை விளக்குவது என் கடமை. ஒரு தொகுப்பிலுள்ள சிறந்த கவிதைகளை மட்டும் தேர்ந்தெடுத்துத் தொகுப்பாக வெளியிடவேண்டிய அவசியம் என்ன? சங்க இலக்கியங்களைத் தொகுத்ததற்கும், பக்தி இலக்கியங்களைத் தொகுத்ததற்கும் வரலாற்றுத் தேவை இருந்தது. பின்னர் தனிப்பாடல் திரட்டு, சித்தர் இலக்கியங்கள் முதலியன தொகுக்கப்பட்டன.

இருபதாம் நூற்றாண்டில் 'தமிழ்க் கவிதைக் களஞ்சியம்' என்னும் அற்புதமான நூல் தொகுக்கப்பட்டதையும் நாமறிவோம். 'பாவேந்தர் பாரதிதாசனின் தெரிந்தெடுத்த கவிதைகள்' என்னும் தலைப்பில் ஈரோடு தமிழன்பன் தேர்வு செய்து, அந்நூல் சாகித்திய அகாதெமி வெளியீடாக வெளிவந்துள்ளது. வைரமுத்துவின் ஆகச் சிறந்த கவிதைகளை அசோகமித்திரன், மாலன், சுஜாதா உள்ளிட்ட புனைகதையாசிரியர்கள் தேர்வு செய்தனர். ஈரோடு தமிழன்பனின் கவிதைகளைப் புதுவையைச் சார்ந்த அமிர்தகணேசன் தேர்வு செய்திருக்கிறார். இப்பொழுது மீண்டும் அதே கேள்விதான். ஏன் இத்தகைய தொகுப்புகள் வெளியாக வேண்டும்?

சித்தர்களும், பாவேந்தரும், வைரமுத்துவும், தமிழன்பனும், எண்ணிக்கையில் அதிகமான கவிதைகளை எழுதும்போது, அவர்களுடைய ஆகச் சிறந்த கவிதைகளை வாசகர்கள் படிக்காமல் போவதற்கு வாய்ப்புண்டு. பெண்கவிஞர்களின்

கவிதை எண்ணிக்கை பெருகியபோது, 'பறத்தல் அதன் சுதந்திரம்', 'பெயல் மணக்கும் பொழுது', 'விடுதலை வேண்டினும்' போன்ற தொகுப்புகள் வெளிவந்தன. ரசனை அடிப்படையில் மாலனின் 'புவி சூழ்ந்த கவிதை உலகம்', சிவக்குமாரின் 'கொங்குதேர் வாழ்க்கை' ஆகியனவும் கவனத்துக்குரியவை.

ஈழப் பிரச்சனையின் காரணமாகத் தமிழர்கள் உலகெங்கும் புலம்பெயர்ந்தபோது, உலகத் தமிழ் வாசகர்களுக்காகப் பல தொகுப்புகள் (சிறுகதைகள் உட்பட) வெளிவந்ததையும் மனத்தில் கொள்ளவேண்டும். யுகபாரதியின் ஆகச் சிறந்த கவிதைகளை வாசகர்கள் தவறவிடக்கூடாது என்னும் காரணத்திற்காகவே ரசனையின் அடிப்படையில் இத்தொகுப்பைக் கொண்டு வரவேண்டும் என்று நேர்நிரை வெளியீடு இப்பணியில் இறங்கியதாகக் கருதலாம். தனிப்பட்ட ஒருவரின் தேர்வாக அல்லாமல், நண்பர்களுடன் இப்பணியை மேற்கொள்ள அனுமதித்த நேர்நிரையைச் சார்ந்த தோழர்கள் அனைவரும் நன்றிக்குரியவர்கள்.

ந.பிச்சமூர்த்தி, பிரமிள், நகுலன், தேவதேவன், த.பழமலய், தேவதச்சன், பிரம்மராஜன், சுகுமாரன், சுயம்புலிங்கம், விக்ரமாதித்யன், வித்யாஷங்கர், நீலமணி, கல்யாண்ஜி, கலாப்ரியா எனத் தமிழகத்தின் குறிப்பிடத்தக்க கவிஞர்களின் கவிதைகளை முழுமையாக வாசித்திருந்தாலும், அவர்களின் சாயல் இல்லாமல் தனக்கெனத் தனிப்பாணியை வகுத்துக்கொண்டு இயங்குபவர் யுகபாரதி. எளிமையான மனமொழியே யுகபாரதியின் கவிதை மொழி. உண்மையில், எளிமையாகவும் ஆழமாகவும் கவிதையை எழுதுவது கடினம்.

கவிதையை முதன்முதலாக வாசிப்பவனும், கவிதையில் ஆழங்கால்பட்ட வாசகனும் யுகபாரதியின் கவிதைக்குள் பயணம் செய்யமுடியும் என்பது

யுகபாரதியின் கவிதைக்குக் கிடைத்துள்ள வெற்றி. இத்தொகுப்பில் தவிர்க்கப்பட்ட பல கவிதைகள் தனிப்பட்ட முறையில் என் ரசனைக்குரியவை. யுகபாரதி தனிமனிதர்களைப் பற்றிய கவிதைகளுடன் அரசியல் கவிதைகளையும் புனைந்துள்ளார். தன்னுணர்வுக் கவிதைகளுக்கான மொழியைத் தனித்துவத்துடன் கட்டமைத்துள்ளார். தமிழகத்தின் / இந்தியாவின் அனைத்துப் பிரச்சனைகளுக்கும் கவிதையில் எதிர்வினையாற்றியுள்ளார்.

“அன்புப் போதையில் / அழுத்திக் கொடுத்த / அப்பாவின் முத்தம் / சுர்ரென்று மூக்கிலேற / எப்போது நினைத்திடினும் / சுணங்கிடுவேன். / அம்மா எப்படி / ஆயுள் முழுசும்?” என்னும் கேள்வி யாரைத்தான் தூங்கவிடும்? “கக்கடைசியில் / சோறுடைத்த சோழ வளநாடு / சோத்துக்கில்லாமல் / பக்கத்தூர் பனியன் கம்பெனிகளில்” என்னும் வரிகள் நூற்றாண்டுப் பெருமைகளை அல்லது நம்முடைய ஜம்பங்களை நொறுக்கிவிடுகின்றன அல்லவா?

“யாரோவொரு / மனசறியா முரடனுக்கு / மணமாகி, கக்கத்திலொன்றும் / கர்ப்பத்திலொன்றுமாய்ச் / சுமந்து போகிற இப்போதும் / உன்மீது எனக்கிருக்கிறது / காதல்”என்னும் வரிகளுக்குள் புதைந்திருப்பது வெறும் காதல் மட்டும்தானா? எவ்வளவு பெரிய வாழ்க்கை இந்தச் சின்ன வரிகளில் விரிகிறது. யுகபாரதியின் தனித்துவத்திற்கு ‘மினி ஸ்கர்ட் நடிகை’ என்னும் கவிதை ஓர் உதாரணம். “மினி ஸ்கர்ட் நடிகையை / எனக்குப் பிடித்திருக்கிறது. / அவள் ஆட்டத்தில் கிறங்கி / மெய்மறந்து கிடக்கலாம் / அவள் உந்திச் சுழியில் / கண்குவித்து மிரளலாம் / மார்பு கூந்தல் பிருஷ்டம் / பாதம் இடை உதடு என / எங்கும் ததும்பி வழிகிறது / அழகு” முதல்முறையாக இதைப் படித்தபோது மனக்கண்முன் பல நடிகைகள் வந்துபோனது நிஜம். ஏன் இப்படி எழுதுகிறார்? எப்படி இது கவிதையாகும்?

என்றெல்லாம் சிந்தித்தபடி வாசித்தேன். பொட்டில் அறைந்தாற்போல், கவிதையை இப்படி முடித்துள்ளார்: “அவள் சாதாரணமானவளில்லை. / வேண்டுமானால் பாருங்கள் / நாளை அவளுக்காக / நீங்கள் ஓட்டுப் போடுவீர்கள்”. நவீன கவிதையை எப்படி இயல்பாக எழுதவேண்டும் என்பது யுகபாரதிக்குத் தெரிந்திருக்கிறது. ஆனால், ஒருபோதும் அவர் தன்னைக் கவிஞனாகக் காட்டிக்கொள்ளவேண்டும் என்பதற்காகச் செயற்கையாக எழுதுவதில்லை. தம் போக்கில் எழுதிச்செல்லும் அவர் கவிதைகள் வாழ்வின் எதார்த்தங்களை அரசியல் புரிதல்களை நமக்கு வழங்குகின்றன. கூடவே புதிர்களை அவிழ்க்கும் சாதுர்யங்களையும் அவர் கவிதைகள் கொண்டுள்ளன.

ஏராளமான கவிதைகளை எழுதுவதால் யுகபாரதிக்குள் ‘கவிதைக்கான சில சட்டகங்கள்’ இருப்பது போல் தோன்றும். அதனால் ஒரே விதமான வடிவமுள்ள சில கவிதைகளை நீக்கியிருக்கிறோம். பரிசோதனையை வலிந்து செய்யாமல், அதேசமயம் பல்வேறு வடிவங்களில் எழுதப்பட்ட அவருடைய கவிதைகள் இத்தொகுப்பில் இடம்பெறவேண்டும் என்று நினைத்தோம்.

அவ்வகையில் ராகுகாலக் காளி, அசைவ உணவகம், பாம்புப் புராணம், கொடி முதலிய கவிதைகளை முக்கியமானதென்று கருதுகிறோம். “திண்ணியத்தில் / தின்ன வைத்தார்கள் மலத்தை / குமட்டலெடுக்கிறது / ஒருவரிகூட எழுதவில்லை நான்” என்னும் கவிதை தலித் அரசியலைப் பேசுகிறதென்றால், “புலிக்கொடி பறந்த மண்ணை / பலி கொடுத்தாயிற்று / தனிக்கொடி கேட்பது / தகராறன்று, தாகம்” என்னும் கவிதை, தமிழ்த் தேசிய அரசியலைப் பேசுகிறது. ஒரு வசதிக்காக, இப்படியெல்லாம் பாகுபடுத்துகிறோம். யுகபாரதிக்கு நவீன யுகம் குறித்துத் தெரியும். பின் நவீனத்துவம் குறித்து ஆழ்ந்த புரிதலும் யுகபாரதிக்கு

உண்டு. எழுத்திலும் சரி, வாழ்க்கையிலும் சரி, யுகபாரதி தன்னை ஓர் அறிவுஜீவியாய் வலிந்துக் காட்டிக்கொண்டதில்லை. சிற்றிதழ்களில் எழுதப்படும் அத்தனை எழுத்துகளும் யுகபாரதிக்குப் பரிச்சயம். ஆனால், மொழிநடை என்று வரும்பொழுது, யுகபாரதி தனக்கான எளிய நடையையே கையாள்கிறார்.

'நாமதன் புதல்வர்' என்றொரு கவிதை. "எல்லையைக் காப்பாற்ற / ஏந்து ஆயுதம் / எந்த நாட்டிடமும் பிச்சையெடு / அல்லது கடன்கேள் / அண்டைத் தேசங்களை அச்சுறுத்த / குண்டு வெடித்துப் பீற்றிக்கொள். / அரசுத் தொலைக்காட்சியில் ஒளிபரப்பு கிரிக்கெட்டை./ பகையை வளர்த்துவிடு. / மதத்தைத் தூண்டு. / நோக்கம் வல்லரசாவது / பாரத நாடு பழம்பெரும் நாடு / நாமதன் புதல்வர் / நாசமாய்ப் போக." 'நாசமாய்ப் போக' என்னும் வரியில்தான் எத்தனைச் சலிப்பு? கோபம்? வேகம்? பாரதியின் காலகட்டத்தில் இந்தியத் தேசியம் என்பது வரலாற்றுத் தேவை. யுகபாரதியின் காலத்தில் இந்தியாவின் மீது விமர்சனத்தை வைப்பதுதான் வரலாற்றுக் கடமை. நம் யுகத்தின் கவிஞன் யுகபாரதி என்பதற்கு இந்தக் கவிதை மற்றுமொரு சான்று. யுகபாரதியின் கவிதைகளில் உள்ள பல்வேறு பரிமாணங்களை இத்தொகுப்பு வெளிப்படுத்தும் என்று நிச்சயமாக நம்புகிறோம்.

ஒரு கவிதையை எப்படித் தொடங்கவேண்டும், எப்படி முடிக்கவேண்டும், எங்கே மௌனத்தைப் பேச வைக்கவேண்டும், எங்கே வெடிப்புறப் பேசவைக்கவேண்டும் என்று கவிதையின் அனைத்து நுட்பங்களையும் அறிந்த கவிஞனாக யுகபாரதியைப் பார்க்கிறோம். "அதென்ன அஞ்சலிக்கூட்டம்? / ஓங்கிக் குரலெடுத்து ஒருவர்கூட / அழாமல்?" என்னும் குறுங்கவிதை என்னளவில் மிக அற்புதமானது. 'ராஜாவும் ராணியும்' என்னும் அரசியல் கவிதை அதைவிடவும் அற்புதமானது. 'ராஜாவும் ராணியும் விளையாடிக்

கொண்டிருக்கிறார்கள்' என்னும் கவிதையை நின்று நிதானமாக வாசியுங்கள். கவிதைக்கான பிரத்யேகச் சொற்கள் எதுவும் இக்கவிதையில் இல்லை. கதை சொல்லும் பாணியில் எழுதப்பட்ட கவிதை, ஆனால், அந்தக் கதை நம்முடையது. "அதிகாரிகளும் ஆட்சித் தலைவர்களும் / அவர்கள் விளையாட்டைக் காணும் ஆவலில் / புள்ளி விபரங்களைத் தவறவிடுகிறார்கள் / பெரும்புலவர்கள் கவிதையாக்குகிறார்கள்" என்னும் வரிகள் நம்முடைய கேவலமான வரலாற்றைப் பறைசாற்றுகின்றன.

நீதியும் விசாரணையும் தோற்றுக்கொண்டிருக்கும் அவலத்தைச் சொல்லும் யுகபாரதி, கவிதையை இப்படி முடித்துள்ளார்: "ராஜா வென்றுவிட்டால் / இன்னொரு ராணியைத் தேர்ந்தெடுப்பார் / ராணி வெல்ல நேர்ந்தால் / இப்போதைய ராஜாவைத் தூக்கிலிடுவார் / ராஜாவும் ராணியும் / விளையாடிக் கொண்டிருக்கிறார்கள் / மக்கள் விசில் ஊதுகிறார்கள்". அதேபோல, யுகபாரதி எழுதிய கண்ணம்மா கவிதைகளை எவ்வளவு சிலாகித்தேன் என்று நண்பர் சீனு. தமிழ்மணிக்குத் தெரியும். "இரவின் பேரமைதியை / ஊடறுக்கும் ஜென்ஸியின் பாடலெனக் / கண்ணீரை நுனிக் கண்ணிலும் / காதலை நடுக் கண்ணிலும் / வைத்திருக்கிறாய் கண்ணம்மா" என்னும் கவிதையை உணர, ஒருவர் ஜென்ஸியின் குரலை ரசித்திருக்கவேண்டும்.

யுகபாரதிக்கு ஜென்ஸி என்றால், எனக்குப் பி.சுசீலாவும், எஸ்.ஜானகியும். இத்தொகுப்பில் யுகபாரதியின் அரசியல் கவிதைகளை, காதல் கவிதைகளை, சமூகக் கவிதைகளைச் சரியானமுறையில் (கொஞ்சம் நீண்டுவிட்டதெனினும்) தொகுத்திருப்பதாகவே நம்புகிறோம். இந்தப் பாகுபாடுகள் எல்லாம் ஒரு வசதி கருதியே. இத்தொகுப்பைக் கொண்டுவருவதற்கு உதவி செய்த சீனு. தமிழ்மணிக்கும், நேர்நிரைக்கும் என் நன்றிகள். யுகபாரதியின் கவிதைகள் குறித்துப்

பேராசிரியர் க. பஞ்சாங்கம் மிக முக்கியமான கட்டுரை ஒன்றை இந்நூலுக்காக பிரத்யேகமாக எழுதி வழங்கியுள்ளார். எங்கள் தொகுப்புப்பணியை ஒருவிதத்தில் முழுமைப்படுத்திய அவர் கட்டுரை, எங்களுடைய தேர்வை அங்கீகரிப்பதுபோல அமைந்திருப்பதில் மகிழ்ச்சி.

யுகபாரதியின் கவிதைகள் விரிந்த தளத்தில் வாசிக்கப்பட வேண்டும் என்கிற உந்துதலிலிருந்தே இத்தொகுப்பு முயற்சியில் இறங்கினோம். பல்வேறு திரை, இலக்கிய, சமூகப் பணிகளுக்கு இடையேயும் கவிதைகளின் ஈரத்தைக் காயவிடாமல் வைத்திருக்கும் யுகபாரதிக்கு எங்கள் அன்பாகவும் பரிசாகவும் இத்தொகுப்பை வழங்குகிறோம். ‘காகித றெக்கை’ என்னும் தலைப்பில் வெளிவரும் இந்நூலில் யுகபாரதியின் மரபுக் கவிதைகள் சேர்க்கப்படவில்லை.

யுகபாரதியின் கவிதையுடன் இக்கட்டுரையை முடிப்பது சரியாக இருக்கும். ஏனெனில், யுகபாரதி தம் எழுத்தின் வழியாகவும் மொழியாகவும் கொண்டிருப்பவை எதுவென்று அவரே இக்கவிதையில் தெரிவித்திருக்கிறார்: “வானத்தை அளப்பதல்ல / வௌவாலின் வேலை / விதைமேல் விழுவது / மழையின் பாக்கியம் / நானெனப் படுவது / நான் மட்டுமே./ எங்கிருந்து ரசித்தாலும் / சதுரமாவதில்லை நிலவு. / இடப்பட்டது தொட்டியெனினும் / இயல்பாகப் பூப்பதே பூ.” இயல்பாகப் பூத்த பூவே யுகபாரதியும்.

என்றும் அன்புடன்,

பா. இரவிக்குமார்.

எளியதொரு மொழியில்

ஒளிவிடும் கவித்துவம்

க.பஞ்சாங்கம்

கவிதை அப்படி என்னதான் செய்கிறது? மனித உயிர்களோடு உயிராக உறவாடி, ஆனால் அவர்களைப் போல ஒய்ந்து அழிந்துவிடாமல் நிரந்தரமாய், உயிர்ப்போட்டமுள்ள ஒன்றாய்க் காலக்கணக்கை மீறி நிலைத்து வாழ்வதற்குக் கவிதை அப்படி என்னதான் செய்கிறது? வினா எழுப்பிவிட்டால் பதில் ஒன்றைக் கூறாமல் இந்தப் பாழும் பகுத்தறிவு விலங்கிற்குத் தூக்கம் வராதே; நான் இங்கே இந்த நேரத்தில் இப்படி ஒரு பதிலைச் சொல்லிப் பார்க்கிறேன்:

"நமக்குப் பெரிதும் பரிச்சயமான மொழிக்குள் இருக்கும் பரிச்சயமற்ற ஒரு மொழியைக் கண்டடைவதும், அன்றாடம் கண்ணில் படும் பரிச்சயமான காட்சிக்குள் நாம் கண்டறியத் தவறுவதை நம் புருவம் உயரும்படிக் கண்டு கூறுவதும், பல்வேறு வேதியல் செயல்பாட்டில் ஈடுபட்டு விதவிதமான உயிர்த்தாவரங்களை உற்பத்தி செய்துகொண்டே இருக்கும். இந்த நிலமகள் போலக் கவிதையும் தனக்குள் இருந்து வேறுவேறு அர்த்தங்களை உற்பத்தி செய்துகொண்டே இருப்பதும்தான் கவிதைக்கும் கவிதை வாசிப்பிற்கும் நிரந்தரமான ஒரு வாழ்வு வந்து வாய்க்க வாய்ப்பாயிற்றோ எனக் கருதுகிறேன்". மேலும் ஓர்

ஆணும், ஒரு பெண்ணும், ஒரு பெண்ணும் ஓர் ஆணும் உரையாடும்போது ஏற்படாத ஏதோ ஒன்று ஓர் ஆணும் பெண்ணும் உரையாடும்போது வந்து கூடுகிறதே, அந்த வித்தியாசமான உணர்ச்சி போன்றுதான் கவிதை வாசிப்பில் வந்து கூடும் உணர்ச்சி எனச் சொல்லத் தோன்றுகிறது.

இவ்வாறு கவிதை ஆணுக்கு ஒரு பெண்ணாகவும், பெண்ணுக்கு ஓர் ஆணாகவும் அமைந்த ஓர் "இருபால்" இனமாகிறது. இதனால்தான், உலகம் முழுவதிலும் எல்லா மொழிகளிலும் பண்பாடுகளிலும் கவிதை எழுதுதல் என்பது இந்த மின்னணுத் தொழில் நுட்ப உலகிலும் எந்தவிதச் சுணக்கமும் இல்லாமல் நடந்துகொண்டு இருக்கிறது போலும். கவிஞர் யுகபாரதியின் இந்த 256 பக்கமுள்ள கவிதைத் தொகுப்பை வழக்கமான இடையீடுகள் ஏதும் இல்லாதபடிப் பார்த்துக்கொண்டு வாசித்து முடித்தபோது எனக்குள் தோன்றிய எண்ணம்தான் இதுவரை மேலே நான் எழுதியவை.

இவர் கவிதைகளை வாசித்துக்கொண்டு வரும்போதே ஓர் ஆச்சரியக்குறி எனக்குள் ஓடிக்கொண்டே இருந்தது; நவீனக் கவிதைகள் பலவும் பூடகமான புதிர் மொழியில் குறி, குறியீடு, படிமம், தொன்மம், மாந்திரீக யதார்த்தம் என்கிற முறையில் இயங்கிக் கொண்டிருக்கிற ஒரு காலகட்டத்தில், அவற்றையெல்லாம் வாசித்து அறிந்துகொள்ளக்கூடிய விசாலமான வாசிப்பு அனுபவத்திற்குத் தன்னை உட்படுத்திக் கொள்ளக் கூடிய உழைப்பையும் செலுத்திக்கொண்டிருக்கும் ஒரு கவிஞர், அவற்றின் செல்வாக்கு எதுவும் ஒரு சிறிதும் இல்லாமல், எளியதொரு மொழியில் வலுவான கவித்துவ ஒளியை இப்படிப் படைத்துக்கொண்டு போகிறாரே என்ற ஆச்சரியக்குறி தோன்றியவண்ணம் இருந்தது. அதற்கான விடை 265ஆவது பக்கத்தில் எனக்குக் கிடைத்தது; அறிந்தே மிகவும் விழிப்புணர்வோடே தன்

மேல் மற்றவர் வாடை படிந்துவிடக் கூடாது என்று இயங்கியுள்ளார்.

"நான்" என்ற தலைப்பிலான அந்த "அறிவிப்புக் கவிதை" அற்புதமான கவிதையும்கூட: "யாரோ ஒருவருடைய / கவிதை போல் என்னுடையதில்லை / யார் அவர் என்பதைக்கூட / அறியாதவனே நானும் /வானத்தை அளப்பதல்ல / வெளவாலின் வேலை /விதைமேல் விழுவது / மழையின் பாக்கியம் / நானெனப் படுவது / நான் மட்டுமே / எங்கிருந்து ரசித்தாலும் / சதுரமாவதில்லை நிலவு / இடப்பட்டது தொட்டியெனினும் / இயல்பாகப் பூப்பதே பூ" (ப.241) படைப்பின் சூட்சுமம், படைப்பாளி தனக்கான - தனக்கே ஆன - ஒரு மொழியைப் படைத்துக்கொள்ளும் திராணியில்தான் அடங்கிக் கிடக்கிறது; யுகபாரதி, இப்படித் தனக்கேயான ஒரு மொழியைத் தமிழ்மொழிக் கடலுக்குள் மூழ்கி, மூச்சடக்கிக் கைப்பற்றியுள்ளார்; அந்த மொழி மிக எளிமையான மொழி; ஆனால், நூற்றாண்டுக் கால வரலாற்றைச் சுமக்கும் கனமான மொழி.

ஒரு கவிதை, உணவகம் என்பது பொதுத்தலைப்பு; அதில் ஒரு கவிதை: "கையேந்தி பவனிலிருந்து / காஸ்ட்லி உணவகம் வரை /நல்லதைத் தீர்மானிப்பது / நாக்குதான் /வாக்கு மாறினாலும் /நாக்கு மாறுவதில்லை / நாக்கை வைத்துத்தான் / நடக்கின்றன / உணவகமும் அரசியலும்" (ப.179) உணவகத்தில் நாக்கின் இடத்தைக் குறித்துப் பேசிக்கொண்டு வரும்போதே சட்டென்று எதிர்பாராமல் ஒரு கோணத்தில், எதிர்பாராத ஓர் இடத்தில் அடிக்கும்போது கவிதை வாசகனை வீழ்த்தித் தனக்குள் போட்டுக்கொள்கிறது.'நடக்கின்றன உணவகம்' என்று முடித்திருந்தால் அது கவிதையல்ல; அதோடு "அரசியலும்" என்று சேரும்போது நாக்கால் பேசிப் பேசியே மக்களை ஏமாற்றி அதிகாரம் பண்ணும் கொடூரமான, ஒரு நூற்றாண்டுத் தமிழக அரசியல்

வரலாறு மட்டுமல்ல; இன்றைய இந்திய அரசியல் தலைமையும் நாக்கால்தான் அளந்து காட்டுகிறது என்கிற யதார்த்த நிலையும் வெட்ட வெளிச்சமாகின்றன. 'உணவகம்' என்கிற ஒரு புதிய சூழலைக் (Context) கட்டமைத்துக்கொண்டு, அந்தப் பின்புலத்தில் "நாக்கு அரசியலைப்" புனையும்போது கவிதைக்கு ஆயிரம் கரங்கள் முளைத்துவிடுகின்றன; இந்தத் தொகுப்பில் இப்படியான பல கவிதைகளை நீங்கள் எதிர்கொள்ளலாம். "அறிமுகம் இல்லாதவர்களிடம் கேட்கக்கூடியவை", "குசலம்", "பொய்ப்புராணம்" இப்படிப் பல.

*ச*மூக வெளியில் வெளிப்படையாகத் தெரிகிற நாம் உண்மையான நாமல்ல; நனவிலி மனத்தில் என்னவாக இருக்கிறமோ, அந்த நாம்தான் உண்மையான நாம்; அது வெளிப்படையாகத் தெரியாது. இதை இன்னொரு முறையில் சொல்வதென்றால், "நாக்குத் தவறி வந்திருச்சி" என்று சொல்கிறோம் அல்லவா? உண்மையில் அதுதான் நம்முடைய உண்மையான பேச்சு; சுத்தமாகத் திருத்தமாகப் பேசுகிற பேச்சுக்கள் எல்லாம் நம்மை மறைத்துக்கொண்டு சூழலுக்கேற்ப நடிக்கிற பேச்சு. கவிஞர் யுகபாரதி திரைப்பாடல்கள் ஆயிரக்கணக்கில் எழுதி வெற்றிபெற்றுவிட்ட ஒரு திரைப்படப் பாடலாசிரியர்; ஆனால் அந்தப் பாடல்களில் வெளிப்படும் யுகபாரதி சூழலுக்கேற்ப தோன்றுகிற யுகபாரதி. இந்தக் கவிதைத் தொகுப்பில் வெளிப்படுகிற யுகபாரதியே உண்மையான யுகபாரதி.

இக்கவிதைகள் தொழிலுக்காக எழுதப்பட்டவை அல்ல; எழுதாமல் தவிர்த்துவிட முடியாது என்கின்ற மனநெருக்கடியில் நனவிலி மனத்திலிருந்து பிறந்தவை. இந்தக் கவிதைகளில்தான் நாம் உண்மையான யுகபாரதியைக் கண்டெடுக்கமுடியும். இப்படிப் பார்க்கும்போது யுகபாரதி வரலாற்றில் நிலைபெற்றுவிட்ட மாபெரும் கவிஞர்கள், சிந்தனையாளர்கள்,

தத்துவவாதிகள் போலவே தானும் அதிகாரத்திற்கு எதிராக உண்மை பேசுபவராக, பாதிக்கப்பட்டவர்கள் பக்கம் நின்று அவர்களுக்காகப் பரிதவிப்பவராக, அறம் சார்ந்து இயங்குபவராகத் தன் கவிதைகளின் வழியாக வெளிப்படுகிறார். ஒரு கவிதை: "தொழுவ மாடுகளைக் குளிப்பாட்டி / கொம்புகளில் ரிப்பன்கட்டி / குங்குமமோ, சந்தனமோ வைத்து / சாம்பிராணி புகையில் ஆரத்தியெடுப்பவர்கள் / கேள்வியாவது பட்டிருப்பார்களா? / பசுவதைத் தடுப்புப் பற்றி" (ப.117)

இந்தக் கவிதையில் பசுவதைத் தடுப்பு என்ற பேரில் பசு வளர்ப்புப் பற்றி ஒன்றுமே அறியாத ஒரு கூட்டம் மனிதர்களை வதை செய்து அதிகாரம் தேடும் சமகால அரசியலின் கொடூரமான மூஞ்சியின் மேல் வெளிச்சம் பாய்ச்சிவிடுகிறார்; இதுபோலவே பெரும்பான்மைவாதம் பேசும் சிறுபிள்ளைத்தனத்தையும் ஒரு தொன்மத்தைப் பயன்படுத்திப் போட்டு உடைக்கிறார்: "இருபது கண் ராவணனுக்கு / இருந்தபோதும் / சீதையின் இரண்டே இரண்டுகண் / என்ன பாடு படுத்தியது? / எதற்கும் முக்கியமில்லை / எண்ணிக்கை / பதத்திற்கு ஒரு சோறென்பது / பாமர சாதுர்யம்" (ப.107) இவ்வாறு அதிகாரத்திற்கு எதிராக உண்மை பேசும் கவிதைகள் பிரதிமுழுக்க விரவிக் கிடக்கின்றன.

இத்தொகுப்பின் மிக முக்கியமான கவிதைகளாக அவற்றைப் பார்க்கிறேன்; ஏனென்றால் அந்த உண்மைகளை எடுத்துரைப்பதில் அவருக்குள் கைகூடி வந்துள்ள நையாண்டி; தமிழின் நவீனக் கவிதைகளில் இந்தக் கேலி, கிண்டல், நையாண்டி என்கிற மகத்தான கவிதை உத்தி ஏறத்தாழ காணாமலேயே போய்விட்ட ஒரு சூழலில் மிக அசாதாரணமுறையில் இவர் கையாளுகிறார்: "தலைவர்கள் தங்களை / மன்னர்களாக மாற்றிக்கொள்ள / எத்தனிக்கையில் / மக்கள் அவர்களுக்குப் போதாத காலத்தைப் /புரிய

வைக்கிறார்கள்" என்று முடியும். "நம்முடைய தலைவருக்கு இது போதாத காலம்" (ப.53) என்ற கவிதையாகட்டும்; "காலத்தின் அருமை கருதி / மக்கள் அவர்களுக்கு வழங்கிவந்த / நன்கொடையைப் போல / மரணத்தையும் தருவார்கள்"என்று முடியும். "காலத்தின் அருமைகருதி" (ப.182) என்ற கவிதையாகட்டும், அவற்றிலும் கிண்டலைக் கையாளுவதில் கைதேர்ந்தவராக வெளிப்படுகிறார்;

"ஊசி போலப் பாயும் ஒரு கிண்டலைப் படைப்பதற்கு, அந்தப் படைப்பாளி ஆயிரமாயிரம் ஊசிகளால் குத்தப்பட்டிருக்கவேண்டும்" என்று சொல்லுவார்கள். படைப்பில், வேடிக்கைக்குள் வேதனையைச் செருகி வைப்பது நாம் நினைப்பது மாதிரி எளியதொரு காரியமல்ல; வெகுளி போலச் சிரிக்கும் யுகபாரதிக்குள் திரண்டு கிடக்கும் கோபமும் வேதனையும் கொஞ்சநஞ்சமில்லை; அசைவ உணவகம் (ப.73), வேடிக்கை பார்த்துப் பழகிவிட்டோம் (ப.168), குட்டிக் கரணம் அடிப்பது குறித்து (ப.176), இன்றைய ராசிபலன் (ப.166), மராமத்து (ப.134), மகாகாவியம் (ப.162), ஆவேசக்கல் (ப.215), ஒரு குரல் ஒரே குரல் (ப.212) என விரியும் அவர் கவிதைகளுக்குள் ஒரு மாபெரும் கலைஞனை நாம் தரிசிக்க வாய்க்கிறது.

நம் சமகாலத்தில் நினைக்க நினைக்க நெஞ்சை அறுக்கும் ஆற்றிக்கொள்ளவே முடியாத ஒரு துக்கம் ஈழப்போராட்டம் எதிர்கொண்ட பின்னடைவு. தமிழறிந்த எழுத்தாளன் யாரும் இந்தத் துக்கத்திலிருந்து தப்பித்துவிட முடியாது; நம்ம ஊருக்கும் ஈழத்துக்கும் இடையில் எட்டுமைல் தூரம்தானே; இந்த இடைவெளிக்குள்ளே இத்தனைச் சாவுகளா? இத்தனை வன்முறைகளா? இத்தனைப் பாலியல் கொடுமைகளா? இத்தனைக் குழந்தைகளின் கதறலா? இத்தனை மனிதர்கள் காணாமல் அடிக்கப்பட்டார்களா? இவற்றையெல்லாம் கேட்டுக்கொண்டும் பார்த்துக்கொண்டும்தானே இருந்தது

இந்தத் தமிழ்நாடு; “நம்மூருக்கும் ஈழத்திற்கும் / எட்டுமைல் தாம்ல என்பான் / தியானேஸ்வரன்” (ப.32) என்று “எட்டு மைல்” என்கிற அந்தக் கவிதை முடியும்போது பல பக்கங்களை நம்முன் திறந்து காட்டிவிடுகிறது; கூனிக் குறுக வைத்து விடுகிறது. இதுபோலவே, “நேற்று யாழ்ப்பாணத்திலிருந்து / தோழர்கள் வந்திருந்தார்கள் / நலமா என்றார்கள் / பதிலுக்கு நான் எதுவும் / கேட்கவில்லை” (ப.57) என்று ஒரு கவிதை. “குலசம்” என்பது தலைப்பு. ஒரு பண்பாட்டுச் சடங்கை (நலம் விசாரிக்கிற சடங்கு) நிகழ்த்த முடியவில்லையே என்று துடிக்கும் துடிப்பைக் காட்டுவதன் மூலம் கவிஞர் மாபெரும் துயரை நமக்குள் கடத்திவிடுகிறார்.

மனிதர்கள் பறக்கும் பேருந்துகளில் உலகம் முழுவதும் சுற்றி வரலாம்; ஏன், சென்ற நாடுகளிலேயே போய்த் தங்கியும்விடலாம்; ஆனாலும் பிறந்து வளர்ந்த ‘இடத்தை’ அவர்களால் உதறிவிட முடியாது. அடிப்படையில் மனிதர்களும் தாவரங்கள்தான். மண்ணில் நிலைநிறுத்தப்பட்டவர்கள்தான். யுகபாரதியின் கவிதை உலகில் தான் பிறந்து வளர்ந்த காவிரி பாயும் தஞ்சைப் பெரும்பூமியின் நினைவுகள் படர்ந்து கொடி வீசிய வண்ணம் இருக்கின்றன. அன்று அது எப்படி இருந்தது; இன்று அது எப்படி ஆயிற்று என்கிற மன உலைச்சலில் இருந்து, இடம் சார்ந்த கவிதைகள் பிறந்தவண்ணம் இருக்கின்றன. “மனப்பத்தாயம்” (ப.35) அப்படி ஒரு கவிதை; அதைப்போலவே “ராகு காலக் காளி” (ப.66), “ஊர் திரும்புதல்” (ப.105), “மானியம்” (ப.108) என்று பல கவிதைகள் தொடர்கின்றன.

சிறப்பாகச் சொல்ல வேண்டிய, இடம் சார்ந்து எழுந்த மற்றொரு கவிதை, ‘வெளியேறும் காலம்’ (ப.210) வாடகை வீட்டைக் காலி பண்ணிவிட்டு இடம்பெயர நேரும்போது ஏற்படும் மன ஓட்டங்களை அழகாகப் புனையும் கவிதை இது. (இந்த மாதிரி

வித்தியாசமான பலரும் தொடாத புள்ளிகளைப் பற்றிப் புனையும் பல கவிதைகள் தொகுப்பிற்கு அழகு சேர்க்கின்றன.) "எத்தனையோ முறை / வீட்டிலிருந்து கிளம்பிய கால்கள் / இம்முறை வீட்டை விட்டே கிளம்புகின்றன / வீடு நம்மைக் காலி செய்வதையே / வேறு வார்த்தையில் சொல்கிறோம் / வீட்டைக் காலி செய்வதாக" என்று அந்தக் கவிதை முடியும்போது ஒரு விதமான சூன்யநிலையை உணர்த்திவிடுகிறது;

இப்படி ரூபத்திலிருந்து அரூப நிலைக்கும் அரூப நிலையிலிருந்து ரூபத்திற்கும் வார்த்தைகளேறிப் பயணம் செய்ய வைத்துவிடுகிறது கவிதை. யுகபாரதி கவிதையாக்கத்தின் கமுக்கத்தை அறிந்தவர் என்பதையும் தாண்டி, அதைத் தன்னுடைய இயல்பாகவே மாற்றி வைத்திருக்கிறாரென்று சொல்லத் தோன்றுகிறது; அதனாலேதான் சாதாரண சின்னச் சின்ன விஷயங்களில் இருந்து அசாதாரணமான ஒரு கவிதையைக் காய்ச்சி வடித்து வித விதமான வடிவுடைய பாத்திரத்தில் வழங்கிவிட முடிகிறது.

வாழ்க்கை வெளியிலும் சரி, கவிதைப் பிரதி உருவாக்கும் செயல்பாட்டிலும் சரி, ஆண்பெண் உறவில் பெருக்கெடுக்கும் காதல் குறித்த புனைவு என்பது இல்லாமல் இல்லை. குமரப் பருத்திற்கானது காதல் என்பதும் இல்லை; "முதியோர்க் காதலைக்" குறித்தும் பாடிய தமிழ்மரபு நம்முடையது. அப்துல்ரகுமான் போன்ற எழுபதுகளைத் தாண்டியவர்களும் காதல் கவிதை படைத்திருக்கும்போது நாற்பதுகளில் இருக்கும் யுகபாரதிக்குச் சொல்லவேண்டுமா என்ன? காதல் கவிதை என்றவுடன் அவராடிய அந்தக் காலத்துக் காவேரி போல் வார்த்தைகள் அலை அலையாய் வந்து குவிகின்றன. அவற்றைக் "கண்ணம்மா கவிதைகள்" என்ற தலைப்பில் இருபத்து ஆறு கவிதைகளாகப் பாத்திகட்டிப் பாய்ச்சுகிறார். பாரதியார் கட்டமைத்த இந்தக் கண்ணம்மா, இன்றைக்குத்

தமிழறிந்த நிலப்பரப்பில் காதலிமார்களைச் சுட்டும் பொதுப்பெயராக மாறி இருக்கிறது; பாரதியாரின் கவித்துவ ஆளுமை அப்படியான ஒன்றாக இருக்கிறது; "'கண்ணம்மா' என்ற பெயரைச் சொன்னால் வாயில் அமிழ்து ஊறுகிறதே! கண்ணம்மா என்ற பெயர் வேற்று நினைவின்றித் தேற்றியே என்னை விண்ணவனாக ஆக்குகிறதே" என்கிறார் பாரதியார்.

காதலியின் பெயருக்கு இப்படி ஒரு மின்சார ஆற்றல் இருக்கும்போது அகத்திணை மரபில் தொல்காப்பியர் ஏன் "சுட்டி ஒருவர் பெயர் கொளப் பெறாஅர்" (அகத்.57) என்று வரையறுத்தார்.வியப்பாக இருக்கிறது; புதிராகவும் இருக்கிறது.விதவிதமான எல்லாக் காதலர்களையும் தலைவன், தலைவி என்றுதான் சுட்டவேண்டிய நெருக்கடிக்குள் சங்க இலக்கிய அகப்பாடல்களும் வாசகர்களை நிறுத்தியுள்ளன.

ஒவ்வொரு காதல் பாடலிலும் காதலர்களின் பெயர்கள் இடம் பெற்றிருந்தால், சங்க இலக்கியத்திற்குப் பின்னால் வந்த கவிஞர்களுக்கு விதவிதமான காதல் மனநிலைகளையும் காதல் விளையாட்டுக்களையும் மலரினும் மெல்லிய காதல் நுட்பங்களையும் எடுத்துரைப்பதற்கு இன்றைக்குப் பாரதியார் வடிவமைத்துத்தந்த கண்ணம்மா என்ற ஒரு சொல் எப்படியெல்லாம் யுகபாரதிக்குக் கைக்கொடுத்துத் தூக்கி விடுகிறதோ அதுபோலப் பயன்பட்டிருக்குமே என்று எனக்குத் தோன்றியது.

பேரா. வ.சுப.மாணிக்கம் போன்ற அறிஞர்கள் தொல்காப்பியரின் இந்த வரையறை குறித்துப் பலவாறு விளக்கியிருக்கிறார்கள்; ஆனாலும், மனம் சமாதானம் அடைய மறுக்கிறது. யுகபாரதியின் இந்தக் காதல் கவிதைகளை எல்லாம் வாசகர்கள் படித்து அனுபவிக்கத் தக்கவை. இங்கே அவற்றை விளக்கிக்கொண்டிருக்கமுடியாது. அவர் பயன்படுத்தும்

அற்புதமான சில உவமைகளை எடுத்துக்காட்டாமல் இருக்கமுடியாதபடி என்னை நிர்ப்பந்திக்கின்றன.

காதலி சிரிப்பது இப்படி இருக்கிறதாம்: "தொட்டிநீரில் விழுந்த / தட்டானோ பட்டாம்பூச்சியோ / ஈரம் தோய்ந்த தம் இறக்கைகளால் / மழை தூவுவது போலிருக்கிறது / எப்போதாவது நீ சிரிப்பது." (ப.242) காட்சிகளை வித்தியாசமாய்க் காண்பது ஒரு கவித்துவத் திறமை என்றால், அவற்றைக் கொண்டு வந்து சரியான இடத்தில் சரியான முறையில் பொருத்துவது மற்றொரு திறமை. இப்படித் திறமைமிக்கவர் யுகபாரதி; மற்றொரு இடத்தில் எழுதுகிறார்: "முளைகட்டிய தானியம்போல / மனசின் அத்தனைப் பரப்பிலிருந்தும் / துளிர்விடும் உன் நினைவுகள்" (ப.243) என்றும், "மல்லாத்திய பேரீச்சம் பழமென / ஓரச்சதை பிதுங்கும் உன் உதட்டில் / ஒத்தடம் போல் நானிடும் முத்தங்களில்" என்றும் எழுதும்போது "பதினான்காம் நாள் பௌர்ணமியை முதல்நாளே பார்க்கும்" காதலின் தீவிரத்தை உணரமுடிகிறது.

இவ்வாறு ஓர் ஆணின் பார்வையில் காதலைக் கொண்டாடும் கவிஞர், இந்த ஆண்மையச் சமூகம் பெண்ணை எத்தகைய நிலையில் நிறுத்தி வைத்திருக்கிறது என்கிற தெளிவோடும் விளங்குகிறார். "அவரவர் கோகிலா" (ப.250) என்ற கவிதையில் ஓரிடத்தில் இப்படி எழுதுகிறார்: "தையல் மிஷினில் அமர்ந்த கோகிலா / மிகச் சின்ன ஊசித் துளையில் உற்றுப் பார்க்கிறார் யுகத்தின் குறுகலை / அதைவிடவும் சின்னத் துவாரத்தில் / தானும் தன் வாழ்வும் / திணிக்கப்பட்டதை / அறியாதவாறு" (ப.233) இவ்வாறு யுகபாரதியின் இந்தக் கவிதைத் தொகுப்பைக் குறித்துப் பலவாறு பேசிக்கொண்டே போகலாம்; நவீன வாழ்வின் அனைத்து அம்சங்கள் குறித்தும் தன் கவிதைப் பிரதி வழியாக எதிர்வினை ஆற்றியிருக்கிறார். எப்பொழுதும் ஆடம்பரமும் ஆரவாரமும்

குடியும் கும்மாளமும் நட்சத்திரவிடுதி விருந்தும் பகட்டும் கண்கூசும் வெளிச்சமும் வெளிப்படை அற்ற மொழியாடலும் மலிந்த ஒரு சூழலில், தன் இருப்பிற்கான வருவாயைப் பார்த்துக்கொள்ளவேண்டிய நெருக்கடியில் நிறுத்தப்பட்டிருக்கும் ஒரு மனிதர், அவற்றிலிருந்து முற்றிலும் வேறான, எளிய மனிதர்களைச் சார்ந்து சிந்திக்கும், ஒரு மனவெளியைத் தனக்குள் உருவாக்கிக்கொண்டு எந்தச் சூழலிலும் அதை விட்டுக் கொடுக்காமல் காப்பாற்றிக் கொள்ளும் "பெருநெறி பிடித்தொழுகும் பேராண்மையும்" திராணியும்தான் அவர் கவிதைகளைப் போலவே எனக்குள் ஆச்சரியமாய் விரிகின்றன. கவிஞரை வணங்குகிறேன். வாழ்த்துகிறேன்.

பெருகும் அன்புடன்,
க. பஞ்சாங்கம்

காகித றெக்கை

நெடி

பால் வீச்சம் அடிக்கிற
பருவத்திலேயே
சாராயநெடியைச் சரியாகக்
கண்டுகொண்டவன் நான்.

அன்புப் போதையில்
அழுத்திக் கொடுத்த
அப்பாவின் முத்தம்
சுர்ரென்று மூக்கிலேற
எப்போது நினைத்திடினும்
சுணங்கிடுவேன்.

அம்மா எப்படி
ஆயுள் முழுசும்?

களவு

இடைவெளிகள்தான்
நெருக்கத்தைத் தீர்மானிக்கின்றன
எனினும்
நெருக்கமற்ற இடைவெளிகள்
பிரயோசனமற்றவை.

பூச்சுக்கூடு

கழுத்துவரை நீண்டு கிடக்கும்
அம்மச்சியின் காதில் தொங்கும்
பூச்சுக்கூடு
பழம்பெருமை பேசும்.
மார்புவரை வந்து விழும்
காளியாத்தாவின் நாக்கு
பசியின் கொடூரத்தைக் குறிக்கும்.
பருத்த முலையும்
பெருத்த உடல்வாகும்
மாரியம்மனின் மகிமை கூறும்.
அம்மணச் சிலைகள்
நிரம்பிய ஆலயங்களில்
பிரம்மச்சர்யக் கட்டுப்பாடுகள்
நிறைய நிறைய

வணக்கம் காம்ரேட்

வீட்டுக்குள் நுழையும்போதே
அப்பாவிடம் சொல்வார்கள்
வணக்கம் காம்ரேட்
வசந்தி, வந்தவங்களுக்கு காபி கொடு
அரக்க பரக்க அம்மா
அடுத்த வீட்டுக் கதவு தட்டுவாள்
வர்ற ஆறாம் தேதி செயற்குழு
மறக்காம வந்திடுங்க
ஐந்தாம் தேதியே அம்மாவின் நகைகள்
அடகுக் கடையில். பத்தாம் தேதியும்
அப்பா உறுதியோடு இருந்தார்
புரட்சி வரும்
இதே போன்றதொரு கனவோடு
ஐம்பது ஆண்டுகளாய்ப் பக்கத்து வீட்டுக்
கிறிஸ்தவத் தாத்தாவும்
சொல்லிக்கொண்டே இருந்தார்
இயேசு வருகிறார் இயேசு வருகிறார்
இதோ இதோ
வணக்கம் காம்ரேட்.

ஆதலினால்

வருகை எப்போதென வாசலருகே
விழியிரண்டையும் நட்டு வைத்து
பரிதவிக்கும் நெஞ்சை
பகல் கனவில் மேயவிட்டு
வராவிடில் காரணம் துழாவி
முகம் சோர்ந்து கவலை கொண்டு
அலுவலை மறந்து அண்ணாந்தபடியே
ஞாபகம் பேசி
ஏதோவொரு பிரமையில் தேகமிளைத்து
என் போல் நீயுமாகி
விடக்கூடாதென்றுதான்
சொல்லாமல் வைத்திருக்கிறேன்
என் காதலை உன்னிடம்கூட.

எட்டு மைல்

பானையின் கழுத்துக்கு
மஞ்சக்கொத்து வாங்கி வருகையில்
உறவிலொருத்தி தூக்கில் தொங்க
இழுத்துக் கொண்டிருந்த
தாத்தையா உசுரு
இன்னுமிரண்டு மாசம்
பொறுத்திருக்கலாம்
அழுகி விழுகிற வாழைத்தாராய்
எழவுச் செய்திகள்
அள்ளி வச்சிட்டு
காட்டவிட்டு திரும்புறப்போ
கரும்போடு தொலைந்து போவது
பொங்கலுந்தான்
வருஷத்திற்கொருத்தரை
சாவு கொண்டு போகுதேங்கிற
உடைந்த மனசோடு உட்காருகையில்
நம்மூருக்கும் ஈழத்திற்கும்
எட்டு மைல் தாம்ல என்பான்
தியானேஸ்வரன்.

ஆகக்கூடி அவள் பேர்

இப்போதும் தெருவில்
பார்க்க முடிகிறது அவளை
அழுக்கும் பழுப்புமான தலைக்கேசம்
கிளைகளாய்க் காற்றிலாடும்
கொக்கிகளறுந்த ரவிக்கை பேருக்கும்
சேலை ஊருக்குமாக உடுத்தியிருப்பாள்
மாளாத சூட்டில் மதிய வெயிலில்
எங்கேனுமொரு எச்சில் தொட்டிலோரம்
பேசிச் சிரிப்பாள். பேருந்தின் குறுக்கே
தண்டவாளத்தின் நெடுக கூடவே
கடந்துபோவாள் பயமற்று
குரைக்கும் நாய்களிடம்
உதைக்கும் கழுதையிடம்
மனிதர் தவிர்த்த யாதிடமும்
உறவுண்டு அவளுக்கு
ஆகக்கூடி அவள் பேர்
பைத்தியமென்பர் எல்லோரும்
சாக்கடையில் காலலம்பி
சாலையோரக் குப்பைகளிடையே
தானுமொரு காகிதமாய்த்
தூங்கிச் சுருள்வாள்
இரண்டாமாட்டம்
சினிமா பார்த்துத் திரும்பிய
எதேச்சைப் பொழுதொன்றில்
சுருண்டு கிடக்குமவளை
சுகத்தில் போகிக்கத் துடித்த
அந்த நால்வரை எதில் சேர்ப்பது?

யுகபாரதி

வேப்ப மரம்

பழுத்து விழும்
விதை பொறுக்கிக் குவிப்பேன்
தோல் பிதுக்கி ஈரப் பிசுபிசுப்பு
இல்லாதொழித்து உலர வைப்பேன்
உச்சி வெயிலில். எனக்கும்
வேப்ப மரத்துக்குமான உறவு
காய வைத்த காய்களை
எடைக்குப் போடுகையில்
கிடைக்கும் எட்டணாவில்.
நாணிக் கோணும்
நாலும் தெரிஞ்ச பத்மா டீச்சர்
வீட்டு முற்றத்திலும் வேப்பமரம்
முனி விரட்டும் ஆயுதமாக.

மனப்பத்தாயம்

01.
முப்போகமும்
முங்கித் திளைத்த மகசூலால்
வைப்பதற்கு இடமற்ற
நிறை வாழ்வு

மினுக்கும் ஷோக்கும் மேலோங்க,
குதிரை வண்டிகளில் சேக்காளி சகிதம்
கூத்தியாளை வாழ வைக்க
கழுத்து நிரம்பிய காசு பணத்தைக்
காமத்துக் கழித்த கதைகள் கோடி

காவிரிப் பாசனம் கரை புரண்டோட
வருஷம் முழுக்க வற்றாத வாழ்க்கை
வருமானத்தைப் பத்தாயத்திற்குள்
பதுக்கின ஜமீன் குடில்கள்

இஷ்டத்துக்கு இறைத்த கேணி
ஊற்றுக்கண் அடைபட
பூசிய சாயம் பொய்யென்றாகக்
கதியானதோ கந்தல் துணி

கக்கடைசியில்,
சோறுடைத்த சோழ வளநாடு
சோத்துக்கில்லாமல்
பக்கத்தூர் பனியன் கம்பெனிகளில்

02.
இரண்டாள் ஓசரமிருக்கும்
பத்தாயத்தின் மீதேறிப் படுத்துறங்கும் பூனை
வெற்றுப் பத்தாயத்தை
விட்டொழித்துத் தற்போதவைகள்
அடுப்பில்.

03.
முக்கமெங்கும் சிவ ஸ்தலம்
முத்தாய்ப்பாய் பிரகதீஸ்வரர்
ஒற்றைக் கல்லால் உயர்ந்த கோபுரம்
நாளும் பெருகும் நந்தி
சமயத்துக்கேத்த பேச்சில் மயங்கி
பத்து ரூபாய் இனாம் தருவான்
வெளிநாட்டுக்காரன்.

04.
கற்பூரம் விற்கும் கடையிலேயே
ஏகமாய் விற்பனையாகும்
பான்பராக் வஸ்துகள்
நாலணா நப்பாசைக்குத்
தும்பிக்கையேந்தும்
போரடித்த யானை
கோயில் வாசலில்.

05.
உலகோச்சினான் முப்பாட்டன்
நாடு, நகரென நலிந்து, தேய்ந்து
ஊருக்கும் உதவாது
எட்டாந் தலைமுறையில்
எடுபிடியாக நான்.

06.
சிதைந்த ஸ்தலங்களை
புனரமைக்கப் புனரமைக்க
இயல்பைத் தொலைத்த
சோகத்தோடு சிரிக்க மறுக்கிறான்
சிவன்.

ஆம்

யாரோவொரு
மனசறியா முரடனுக்கு
மணமாகி, கக்கத்திலொன்றும்
கர்ப்பத்திலொன்றுமாய்
சுமந்து போகிற இப்போதும்
உன்மீது எனக்கிருக்கிறது
காதல்.

நிசம்

பெருமை பொங்க
பிறரிடம் பேசுவதற்கேனும்
ஒவ்வொருவரிடமும்
ஒளிந்திருக்கும் காதல்.

சகிப்பு

மூத்திர வாடை நிரம்பி வழியும்
பேருந்து நிலையத்தில்
முழம் போட்டு
விற்றுக் கொண்டுதான் இருக்கிறாள்
பூக்காரி.

பண்டிகை

எதிர்பார்ப்புகளின் குவிமையமாக
எழுத்துகள் நிரம்பிய இந்தக் கடிதமும்
அம்மாவிடமிருந்துதான் வந்திருக்கிறது.
சுவாசித்தலைவிடவும் இரு மடங்கு
என் ஞாபகத்தில் உழல்வதாகச் சொல்கிறாள்
சுவாசத்தை நிறுத்தென்று எந்த மகனால்
பதிலெழுத முடியும்?
இடுக்கி இடுக்கி முகவரிக்காக
மடிக்கப்படும் இடத்திலும்
இருக்கின்றன எழுத்துகள்
பொங்கலுக்காவது வருவீயாப்பா?
கொண்டாடுவதற்கென்று
தோற்றுவித்த பண்டிகைகள்
சந்திப்பதற்கென்றாகிப்போனது
ஊரில் வாழும் அம்மாக்களுக்கு
பொங்கலுக்காவது
போகத்தான் வேண்டும்
குறைந்தபட்சம் ஒரு
கைத்தறிச் சேலையோடாவது.

அப்பா

வெற்றிலை போடுவதற்கென்றே
விசேஷப் பயிற்சி மேற்கொண்டதைப்போல
பொட்டலத்துச் சீவலை
விரல்களின் இடுக்கிலிருந்து
அதக்கிக்கொள்வார் சிதறிவிடாமல்
எனக்குக் கவிதை
அப்பாவுக்கு வெற்றிலை
ஒற்றுப்பிழைகளை நானும்
காம்பை அவருமாய்க் கிள்ளிக்கொண்டே
இருக்கிறோம்
நானும் போடுகிறேனெனச் சுண்ணாம்பை
அதிகம் தடவி அவதிப்பட்டிருக்கிறேன்
ஒருமுறைகூட
கவிதையெழுத முயன்றதில்லை அவர்
எப்போதும் ஒரே பக்குவத்தில்
இரத்தச் சிவப்பை உடுத்திவிடுகிறது
அவர் நாக்கு
எல்லாக் கவிதையிலும்
இறுதி வரிகளுக்கான வார்த்தைகளைத்
தேடிக்கொண்டிருக்கிறேன் நான்.

முதன்முதலில்

எவர் கையும் பற்றாமல்
நடக்கத் துவங்கியதெப்போது
பால் பற்கள் கீழ் விழ
சிரிக்கத் தயங்கிய நிமிடம்
நினைவிலில்லை
எழுத்துக் கூட்டி
வாசித்த முதல் கடிதம்
யார் அனுப்பியது
தானாய் சீப்பெடுத்துத்
தலைவாரிக் கொண்டது
எந்த வயதில்
இம்சிக்கும் அழகுகளோடு
கடந்துபோன முதல் பெண்ணின்
பெயரென்ன
அம்மாவின் அணைப்பிலிருந்து
விலகிப் படுக்கப் பழகிய ஜாமம்
ஞாபகமில்லை
அத்தனை நொடியையும்
அடுக்கடுக்காய்ச் சொல்லும்
அம்மா கொஞ்சிய முதல் வார்த்தை
யாருக்குத் தெரியும்
ஆதாம் ருசித்த ஆப்பிள்தான்
முதல் பாவம்
ஏவாள் ஈன்ற குழந்தையே
முதல் புனிதம்.

பஞ்சாரம்

01.
கம்பிக் கூண்டில் பச்சைக் கிளி
கண்ணாடித் தொட்டியில் கலர் மீன்கள்
கோழிகளைக் கவிழ்த்து
மூட பஞ்சாரம்

கூண்டுக் கிளிக்குப்
பரிதாபப்படுகிறார்கள்
அறுப்பதற்கென்றே
கோழி வளர்ப்பவர்கள்

02.
சாணம் மெழுகியதிண்ணையில்
சேவலின் காலடிகள்
பார்க்கும்தோறும் நினைவில் வரும்
காளியம்மன் காவுக்கு நேர்ந்தது

நட்சத்திரங்களை எண்ணியெண்ணித்
தோற்கிற என்னிடம்
கிண்ணிக் கோழியின் உடம்பிலிருக்கும்
புள்ளிகளின் கணக்கு சொல்வாள்
தங்கை.

03.
எதிர் வீட்டுக்காரி
கோழியைக் கொன்று
பொறாமை தீர்த்துக்கொண்ட
ஒப்படியாளை, ஒரு போதும்
ஒத்துக்கொள்வதில்லை
அம்மா.

04.
வாங்குகிற கூலிக்கு
வசதியாய்ப்படுவது
ப்ராய்லர் இறைச்சி
நாட்டுக் கோழிதான்
நல்லதெனத்
தேடியலையும் அப்புச்சி
மருமகன் அனுப்பிய
கடுதாசி பார்த்ததும்.

05.
முட்டையிடும் வரை
பஞ்சாரத்துக்குள்ளேயே
கோழியைப் பதுக்குவாள்
குழந்தையில்லாத
சரோஜா.

06.
பாதியறுந்த கழுத்தோடு
துடிதுடிக்க
இரத்தம் கக்கும் கோழிகள்
தர்கா வாசலில்

அறுத்த கத்தியை அலம்பிவிட்டு
சலனமேயில்லாமல்
தொழுகை செய்வான்
அவன்.

07.
கோழி விரட்ட தண்டட்டி வீசிய
பரம்பரையின் பேத்திகள்
பியூட்டி பார்லரில்
ஃபேஸ் க்ரீம்களோடு.

08.
நெதமும் காலை
கொக்கரிக்கும் சேவல்
சொல்லப் பழகியதோ
கோழி கூவுவதாக.

09.
காப்பியத்தில் நாட்டியத் தாரகை
அரண்மனைகளில் தேவதாசி
குடிவெறியில் வேசி
பாடல் வரிகளிலோ பரத்தை.

10.
பட்டணத்து மைனர்
பெண்ணுக்குச் சூட்டும்
பட்டப் பெயரோ கோழி
விலை மாது கோழியாகிறாள்
உயிர் வளர்க்க
குலப் பெண்ணோ
கோழி வளர்க்கிறாள்.

11.
பருந்து கவ்விப் போன
குஞ்சுக்காக ராத் தூக்கம் கெட்டு
நலிந்து போனவள் பெரியம்மா
கோழிச் சண்டை குளறுபடிகள்
பகையாளி வீட்டுத்
தானியமென்பதால் மேய மறுக்காது
எந்தக் கோழியும்.

நானாகப்படுவது

ஏதோ ஒரு புள்ளியில்
என்னை விட்டுவிட்டு எல்லோரும்
போய்விடுகிறார்கள்.

அவர்கள் வேகமாக நடக்கிறார்கள்.

அவர்களைப் பின்தொடர்வதில்
எனக்குச் சிக்கல் ஏற்படுகிறது.

நிதானமிழந்து
நின்ற இடத்திலேயே நிற்கிறேன்.

அவர்கள் எதிர்பார்க்கிறார்கள்
இன்னும் கொஞ்சம் வசதியான
இன்னும் கொஞ்சம் எழிலான
புகழுரைகளை என்னிடமிருந்து.

அவர்களுக்குக் கீழாக
நான் என்னை வைத்துக்கொள்ள
விரும்புகிறார்கள்.

நான், பேச்சைக் குறைக்கவேண்டும்
அவர்கள் பேசும்படி
என் நடத்தையில் சிறிதாகவேணும்
மாறுதல் தேவைப்படுகிறது.

என்னிடம் ஒரு நல்ல குணம் உண்டு
தோற்றால் அழுவதில்லை
அழுது ஒன்றை அடைவதுமில்லை

என்னை விட்டுவிட்டு மட்டுமே
அவர்கள் போகிறார்கள்
கடந்து போவதில்லை.

மினி ஸ்கர்ட் நடிகை

மினி ஸ்கர்ட் நடிகையை
எனக்குப் பிடித்திருக்கிறது

அவள் ஆட்டத்தில் கிறங்கி
மெய்மறந்து கிடக்கலாம்

அவள் உந்திச்சுழியில்
கண்குவித்து மிரளலாம்

மார்பு கூந்தல் பிருஷ்டம்
பாதம் இடை உதடு என
எங்கும் ததும்பி வழிகிறது
அழகு

காதலிலோ தற்கொலையிலோ
அவள் விழாதிருந்தால்
அவளுக்காக என்னவும் செய்யலாம்

அவள் சாதாரணமானவளில்லை

வேண்டுமானால் பாருங்கள்
நாளை அவளுக்காக நீங்கள்
ஓட்டுப் போடுவீர்கள்.

மனைவியிடம் சொன்னவை

தேவதை தேவையில்லை
தெளிந்த நல் வதனம்போதும்
வைர நகையெதற்கு?
வழித்துணையாதல் இன்பம்

படிக்கிற பழக்கமுண்டு
அடிக்கடி திட்ட மாட்டேன்
பாதியாய் இருக்க வேண்டாம்
முழுவதும் நீயே ஆகு

இம்சைகள் இருக்கும் கொஞ்சம்
இனிமைதான் ஏற்றுக்கொள்க

வருமானம் பரவாயில்லை
வாழ்வதற்குக் கைவசம் கவிதைகள்
வாய்க்கப் பெற்றேன்

காதலில் விழுந்தேனில்லை
எனவே பிறக்கிற பிள்ளைக்கான
பெயரையும் நீயே இடலாம்

சந்தேகம் துளியும் இல்லை
அந்தரங்கம் உனக்கும் உண்டு

சமயத்தில் நிலவு என்பேன்
சமையலில் உதவி செய்வேன்
எழுதிடும் பாட்டுக்குள்ளே
எங்கேனும் உன்னை வைப்பேன்

ஒரே ஒரு கோரிக்கைதான்
உன்னிடம் வைப்பதற்கு

வேலைக்குக் கிளம்பும்போது
அழுவதைத் தவிர்க்க வேண்டும்
வெறுங்கையோடு திரும்பி வந்தால்
வெகுளியாய்ச் சிரிக்க வேண்டும்.

(2008)

நம்முடைய தலைவருக்கு இது போதாத காலம்

அவர் நினைத்ததெல்லாம்
நடந்த காலத்தை
நினைத்துக்கொண்டிருக்கிறார்

எல்லாம் தெரிந்தே செய்த அவருக்கு
இப்போது என்ன செய்வதென்றே
தெரியவில்லை

அவரால் சுயமாகச் சிந்திக்கவும்
முடியவில்லை

அவருக்கு அவரே எதிரியானதைப்போல்
அவ்வப்போது பேசத் தொடங்குகிறார்

அவரைப் புகழ்ந்தவர்கள்
அவரை விட்டு விலகுவதைப் பார்த்து
தாங்க முடியாமல் கதறுகிறார்

தூக்கத்தில் கைதுபயமும்
துக்கத்தில் மரணபயமும்
அவரை வாட்டத் துவங்கிவிட்டன

அவர் செய்த கேடுகளால்
அவர் ஒரு விசித்திர வலையில்
சிக்கிக்கொண்டிருக்கிறார்

அவர் உருவாக்கிய
சமஸ்தானத்து ராஜாக்கள்
வெவ்வேறு சூதின் காரணமாக மக்களால்
விரட்டியடிக்கப்படுகிறார்கள்

அவருக்காக அவரே உண்மையாக
அழ முடியாத சோகத்தில்
இருக்கிறார்

ஓர் இனம் தன் துரோகிக்குத் தரும்
சகல கொடுமைகளையும் அவர்
அனுபவிக்கத் தொடங்கியிருக்கிறார்

எழுதியும் பேசியும் வளர்ந்த அவர்
எழுதுபவர்களாலும் பேசுபவர்களாலும்
உதாசீனப்படுத்தப்படுகிறார்

ஆண்மை மிக்க நம்முடைய தலைவர்
முதல் தடவையாக அதற்காக
வருத்தப்படுகிறார்

கூடா நட்பு கேடாய் முடியுமென்று
குரல் தளும்பக் குமைகிறார்

அளவுக்கு மீறிய பிள்ளைகளும்
அதிகாரங்களும் அவதி என்பதை
ஒத்துக்கொள்ளத் துணிந்திருக்கிறார்

நம்முடைய தலைவருக்கு
இது போதாத காலம்

தலைவர்கள் தங்களை
மன்னர்களாக மாற்றிக்கொள்ள
எத்தனிக்கையில்
மக்கள் அவர்களுக்குப் போதாத காலத்தைப்
புரிய வைக்கிறார்கள்.

அறிமுகமில்லாதவரிடம் கேட்கக் கூடியவை

இப்போது என்ன நேரம்
எங்கேயோ பார்த்ததுபோல் இருக்கிறதே
படம் போட்டு வெகுநேரமாகிவிட்டதா
உங்களுக்குத் தமிழ் தெரியாதா
வீட்டில் யாருமில்லையா
கீழே கிடக்கும் பொருள் உங்களுடையதா
அவர் உங்களைக் கூப்பிடுகிறார்
கடையை எப்போது திறப்பார்கள்
கொஞ்சம் நகருங்கள்
தீப்பெட்டி இருக்கா
ப்ளீஸ் பேனா
அங்கே என்ன சத்தம்
இந்த வழியில போக முடியாதுங்க
இவை தவிர இன்னும் சில உண்டு
அதில் முக்கியமானது
நாடு ரொம்ப கெட்டுப்போச்சுங்க.

குசலம்

நேற்று யாழ்ப்பாணத்திலிருந்து
தோழர்கள் வந்திருந்தார்கள்.
நலமா என்றார்கள்
பதிலுக்கு நான் எதுவும்
கேட்கவில்லை.

நாற்காலியில் பொம்மை

நம்மிடமிருந்த நாற்காலியில்
நாமொரு பொம்மையை
அமர வைக்கிறோம்

அமர்ந்தவர்கள் பொம்மையாகும் பட்சத்தில்
ஒரு பொம்மையே அமர்வது
பொருத்தம் தானே

புகழ் வாய்ந்த புத்தி கூர்மையுள்ள
பலர் அமர்ந்த அந்த நாற்காலியில்
ஒரு பொம்மையை அமர்த்துவதால்
என்னக் கேடு வந்துவிடப் போகிறது?

நாற்காலியில் ஓர் ஆள் அமர்வதற்கும்
ஒரு பொம்மை அமர்வதற்கும்
உள்ள வித்யாசத்தை அவ்வப்போது
உணர்ந்தே வந்திருக்கிறோம்

நாற்காலியில் வாய் திறக்காத
ஒரு பொம்மை அமர நேர்கையில்
நாம் நிற்க நேர்வதே இயற்கை

ஜனநாயக நாற்காலியில்
பொம்மைகளுக்கும் இடம் உண்டு
அறிவோ அறச் சீற்றமோ பிரதானமில்லை

ஒரு ஆள் பொம்மையாவதும்
ஒரு பொம்மை ஆள் போல் பாவனை புரிவதும்
நாற்காலியின் விசேஷத் தன்மை

மேலும், நாம் அறிய வேண்டியது
நாற்காலியைப் பற்றிக்கொள்ளும் பொம்மை
தாமாக எழுந்துகொள்ளாது
நாம் தாம் கீழே தள்ள வேண்டும்

துப்பாக்கிச்சூட்டில் இறந்தவர்கள்

கூட்டைவிட்டுக் கிளம்புகையில்
நினைத்திருக்க மாட்டார்கள்
கூடாய்த் திரும்புவோமென்று

இதுபோல் ஒரு சனத்திரளைப்
பார்த்ததே இல்லை எனவும்
சொல்லியிருப்பார்கள்

கூடிய சனமெல்லாம் தங்களைப்
பார்க்குமென்று யூகித்திருக்க
வாய்ப்பில்லை

கால் கை
அடிபடுமெனக் கருதியிருப்பார்கள்
காக்கியும் காலமும் அடிக்குமென்று
உணர்ந்திருக்க வழியில்லை

வந்த உடனே
போய்விடலாமென்றும் வந்திருப்பார்கள்
போகவே போவதில்லையெனப்
புரிந்திருக்காது

நெரிசலைக் கண்டு மிரண்டிருப்பார்கள்
நெரிசலைத் தங்களை வைத்து
ஆள்பவர்கள் மிரட்டுவார்களென்று
அறிந்திருக்க நியாயமில்லை

கூட்டத்தில் காணாமல்
போவோமென அஞ்சியிருப்பார்கள்
இல்லாமல் போவோமென்று
எண்ணியிருக்க மாட்டார்கள்

வீட்டுக்கு ஏதாவது வாங்கிப்போக
யோசித்திருப்பார்கள்
வீடு வந்து தங்களை வாங்கப்போவது
தெரிந்திருக்காது.

(பரமக்குடி)

பள்ளி வாசல்

எல்லாப் பள்ளிக்கூடத்து
வாசல்களிலும்
தட்டுக் கூடையில்
நெல்லி விற்குமொரு கிழவி
குந்தியிருக்கிறாள்.

உருக்கும் வெயிலில்
நாவறளக் கத்திக்கொண்டிருக்கிறான்
ஐஸ் வண்டிக்காரன்

பிரேயருக்கு முன்னதாக
வராத பிள்ளைகளை
வெளியே விட்டுக் கதவைப் பூட்டுகிறான்
காவலாளி

பிரம்பைக் கையிலெடுத்து
காந்தியின் அஹிம்சையைப்
போதிக்கிறார் வாத்தியார்

அடுத்த மாதக் கட்டணத்துக்கு
யாரேனும் ஒரு மாணவனின் தாய்
மூக்குத்தி கழற்றுகிறாள்

தாராளம்

சம்பங்கிப் பூவில் வரும் முதலெழுத்தும்
மல்லி என்பதிலுள்ள கடைசி எழுத்துமாக
உன் பெயர் மிக நீளமானது
என் வசதிக்காகப் பெயரளவில்கூட
சுருக்கிவிடக்கூடாது
உன்னை

உறைதல்

நின்று பார்ப்பதற்குள்
கடந்துவிடுகிறது காலம்
நீ கடந்து போவதற்குள்
நின்றுவிடக்கூடாதா
இந்தக் கடிகாரம்.

நிலை

நட்டும் வளராமல்
போகிறது பூச்செடி
நடாமலேயே
நிழல் கொடுக்கின்றன
மரங்கள்.

பொய்ப்புராணம்

கை தவறிய சிலேட்டு உடைந்துபோக
திட்டுக்குப் பயந்துஇன்னொருவன் மீது
சுமத்திய பழியே என் முதல் பொய்.
அவனை வைதுவிட்டு வாங்கித் தந்தார்கள்
பிளாஸ்டிக் ப்ரேமிட்ட இன்னொன்றை
வரும் வழியில் கொட்டிவிட்டு
மாவரைப்பவன் திருடியதாகச் சொன்னது
இரண்டாவது. அன்று இரவு வரை
மிஷின்காரன் சபிக்கப்பட்டான்
சொல்வதெல்லாம் பொய்
பொய்யைத் தவிர வேறில்லை
வெகு விரைவிலேயே
துப்பறியப்பட்ட பொய்களால்
என்னையொரு வழக்கறிஞனாக்குவதில்
ஆர்வங்காட்டியது குடும்பம்
பொய்யையே தொழிலாக்கும்
உத்தேசமில்லாது
தொடங்கினேன் கவிதை எழுத

ராகுகாலக் காளி

01.
அண்ணாந்து பார்க்கும்
கோபுரத்தில்
அமர்ந்திருக்கிறான் சிவன்
அகழிகளில்
நடந்து கொண்டிருப்பதோ
விபச்சாரம்

ஆடற்கலை செழித்த
அரண்மனைத் திட்டுகளில்
ஊனக்கால்களுடன்
பிச்சைக்காரிகள்

ஊரடித்து உலையிலிட்டவன்
ராசராசன்
ஊரை அழித்து வரகு நட்டான்
மாறவர்மன்
கழுதைகள் உழுத நன்செய் நிலத்தைப்
பிழைக்கச் செய்தவள்
நிசும்பசூதனி

வெட்ட வெளிப் பொட்டல்
வேகாத வெயில்
நட்ட நடு நிசியில்
கொட்டும் மழையிலும்
கூரையில்லாத காளி
குடையாகிக் காக்கிறாள்

பூஜை புனஸ்காரமோ
அங்காளப் பரமேஸ்வரிக்கு

02.
கர்நாடகக் கரையில்
கமண்டலம் கவிழ்த்த காக்கை
சோழ எல்லையில்
பறக்காமலில்லை

காவிரியோரம்
கொக்கு சுடுவதை நிறுத்திவிட்டு
காக்கைக்குக் குறி வைக்கும்
உழவர்கள்

தண்டை ஒலியெழும்பத்
தகதகக்கும் விழி கருக்க
பண்டை எதிரியின்
படை திரும்பிப் போனது

முன்னம் பகையொழித்து
மூச்சு விடும் சமயத்தில்
கேட்கத் தொடங்கின
காற்சிலம்பின் சிணுங்கல்கள்

இன்று வரை தெரியாது
நீயும் நானும்
யாருடைய பிள்ளைகள்?

03.
ஆடி அடங்கிவிட்ட
அடை மழையாய் உன் பெருமை
குடிசைத்தரை போல
குறிப்பிருக்கு கல்வெட்டில்

தேடி எடுக்காது
ஏழுமலையானை
நோன்பிருந்து வேண்டுகிறாய்
வெறுங்காலின் கொப்பளத்தில்

நானூறு வருட ராஜத் திமிர்
போக்கிடம் ஏதுமற்று
புறம்போக்கில் வீடு கட்டி
இலவசப் பட்டாவுக்கு
மனுச் செய்யும் சோழர் குலம்

04.
பூப்பெய்திய பெண்
பூக் கொண்டுப் போய்
கழுத்தில் சூட்டினால்
கல்யாணமாகிறது இன்றைக்கும்

கற்பூரம் ஏற்றினால்
கர்ப்பம் தரிக்கிறது

வகையறியாமல்
தொகை தொகையாய்
ஜனத்திரள்
காளியின் பாதத்தில்

ஊர் காக்கும் நிசும்பசூதனி
உலவுகிறாள் வெளியே
நீயோ ஊருக்குள் கட்டுகிறாய்
அம்பாள் சந்நிதி.

ராசா

பேச்சுக்கு இடையிடையே
ராசா என்கிற
சிவத்தம்பி அய்யாவை
நிரம்பப் பிடிக்கும்
ஒருவருக்காவது ராசாவாயிருப்பதில்
உள்ளூர பெருமை ஒவ்வொருவருக்கும்
இருபது வருடமாய் நண்பனாயிருந்தும்
ராஜராஜனை கட்டையனென்றோ
கதிரேசன் தம்பியென்றோதான்
கூப்பிடுகிறேன்
பெரிய மனது வேண்டும்
பிறரை ராசாவாக்குவதற்கு.

பேய்வீடு

சாண உருண்டையில்
புல் செருகியதும்
பிள்ளையாராவதைப் போல
ஆளுக்கொன்று அளந்துவிட
ஆரம்பமாயின பேய்க்கதைகள்
அர்த்த ராத்திரியில்
சிரிப்பொலி கேட்பதாக
மிரட்டும் கர்ஜனையில்
கொலுசொலி பூப்பதாக
பன்னிரு கையும்
பார்வை நெருப்பும் கவ்வ
கருகிக் கிடந்தாள்
கன்னிகழியாப் பெண்ணொருத்தி
கைம்பெண், கர்ப்பஸ்திரி
பேறுகாலத் தீட்டுக்காரியெனப்
பாகுபாடு ஏதுமின்றி
பாடையான சேதியோடு
ஊருக்கு இரண்டொரு
வீட்டிலாவது பதறப்பதற
முன்பு பேயிருப்பதாகப் பேசுவார்கள்
மாமியாரைத் தவிர்த்து இப்போது
எல்லா வீட்டிலும்
தொலைக்காட்சி.

வெட்கம்

திண்ணியத்தில்
தின்ன வைத்தார்கள் மலத்தை
குமட்டலெடுக்கிறது,
ஒருவரிகூட எழுதவில்லை நான்.

அசைவ உணவகம்

முனியாண்டி விலாஸைப்
போன்றதுதான் இந்தியாவும்
எல்லா மாநிலத்திலும்
இதற்குக் கிளைகளுண்டு

பரிமாறுபவர்கள்
முதலமைச்சர்களையும்
கல்லாவில் இருப்பவர்
பிரதமரையும்
நினைவூட்டுவர்

அனைத்து வகை
அசைவமும் வீற்றிருக்கும்
அகலமான தட்டுபோல
நாட்டின் வரைபடம்

தவறுதலாக மட்டுமே
தென்படும்
விலைப்பட்டியல்கள்,
பட்ஜெட்கள்.

முண்டா பனியன்
சமையற்காரர்கள்
முக்கிய மந்திரிகளாகவும்
மேஜை துடைப்பவர்
எதிர்க்கட்சியாகவும்
நடத்தப்படுவர்

ரசமிழந்த கண்ணாடி
பாராளுமன்றமாகவும்
கையலம்பும் நீராக
ஐந்தாண்டுக் கொள்கையும்
நிரந்தரமானவை

கவுச்சி நிரம்பிய
கடையாயினும்
கல்லா மேசையில்
திருநீறும் குங்குமமும்
மத நல்லிணக்கம்

கொத்து புரோட்டா
குஜராத்தையோ
ரத்தப் பொரியல்
பஞ்சாபையோ ஒத்திருக்கும்

நெளிந்த குவளைகள்
தமிழ்நாடு
தயிர்க் கிண்ணங்கள்
காஷ்மீர்

பணியாளர்களின்
ங்கொம்மாளே எனும்
கெட்டவார்த்தை ஆட்சிமொழி
வைக்கப்படுகிற பல்குச்சிகள்
வாக்குறுதிகள்

முனியாண்டி எவரென்பதும்
இந்தியா எதுவென்பதும்
யாருக்கும் தெரியாது
என்றபோதிலும்,

ஏப்பம் விடுபவர்களால்
பெரிதும் விரும்பப்படுவதே
இரண்டுக்குமுள்ள
மேலான ஒற்றுமை.

சொல்வதெனில்

01.
மிகப்பல வருடங்களுக்கு முன்பாக
மிகமிக மலிவாயிருந்தது அரசாங்கம்
நாம் உயர்வாயிருந்தோம்

மும்மழை தவறியபோதும்
முப்போகம் மகசூல் உண்டு
வீட்டுக் கொல்லையிலேயே
காய்கனிகள் கிடைத்தன

வீடற்றவர்கள் மடப்பள்ளிகளிலாவது
தங்கிக்கொண்டனர்

இத்தனை சிரமமானதாக
ஒருநாள் கழியவில்லை

கட்டைவண்டி என்றாலும்
ஓரிடத்திலிருந்து வேறிடம்
பயமின்றிப் போகமுடிந்தது

இன்னும் சொல்வதெனில்
அவ்வப்போதாவது
சிரித்துக்கொண்டிருந்தோம்

02.
எந்தக் குறுநில மன்னனும்
வரிப் பணத்துக்காக
மக்களிடம் கையேந்தி நிற்கவில்லை

ஒரு கோழையைப் போல
தன் சுமையை அப்பாவிகள் மீது
தலை மாற்றவில்லை

திடீரென்று அதிகாலைச் செய்தியில்
பொருள்களின் விலைகள்
ஏற்றப்படவில்லை

ஆள்கிறவன் யாரென்றாவது
அறிய முடிந்தது

பினாமிப் பெயர்களில்
சொத்து வைத்திருந்தாலும்
ஆட்சிப் பீடத்தில் அமர்த்தவில்லை
பொம்மைகளை

வெளிப்படையாய்ச் சொல்வதெனில்
அரசனிடம் வாள் இருந்தது
சாட்டையில்லை.

விடுதலை

வீடு பெருக்குகிறவள்
நகருங்கள் என்பதற்குள்
எழுந்துகொள்ள
மனம் வராத நீதான்
கோஷம் போட்டு
கொடி தூக்குகிறாய்
பெண் விடுதலைக்கு.

தெப்பக்கட்டை

(வண்டியச்சுக் கோத்த மரம், கிணற்றடியில் வைத்துக் கட்டப்படும் மரச்சட்டம், ஏற்ற மரத்தில் நீர்ச்சாலைகட்ட உதவும் மரக்கட்டை, மிதவை.)

01.
கொலு வைத்துக்
கொண்டாட நவராத்திரி
கொட்டக் கொட்ட
விழித்திருக்க சிவராத்திரி

ஏதுவான பூசை எதுவென்று
அறியாதவர்களை
ஆதரிப்பாளா மாரியம்மா

திரவியம் தராவிட்டாலும்
பரவாயில்லை
தின்பதற்குச் சோறாவது

கொடுக்காத தெய்வத்தை
குறைசொல்லிப் பலனில்லை
பிய்த்துக் கொடுப்பதற்கு
நமக்கெங்கேயிருக்கிறது
கூரை?

02.
குதிகால் மணல் புதைய
நீரற்றுப் போயின குளங்கள்
சிரித்த தாமரைகள்
செத்துவிட்டன

நின்றிருந்த தெப்பங்கள்
நொண்டியாயின
நீரின்றி அமையாத உலகத்தை
நினைப்பதில்லை புவியரசி

தெப்பங்கள் வெறும்
கட்டைகளாயின
தெய்வங்கள் கருங் கற்களாயின

காசு கொழிக்கிற
திருப்பதியே சக்திமிக்கது
பங்கிட்டுத் தராத பரதேசிகளுக்கு
வெங்கட்டு என்ன?
வெங்காய மென்ன?

இல்லாதவற்றுக்குக்
கட்டுகிறான் கோபுரம்
இருப்பதற்கில்லை ஒரு வீடு
கடவுளேயானாலும்
காசு வேண்டும்
கூட்டம் சேர

03.
ஐயாற்றுக் கரையில்தான்
அவதரித்தது சங்கீதம்

நெளிந்து வளைந்த
நிர்மலப் பெண்டுகளின் அழகு ரசிக்க
நாங்களும் போவோம் கச்சேரிக்கு
ஆறு வறண்டாலும் நிற்பதில்லை
இசை வெள்ளம்

எழவு வீட்டில் குந்தி
குரல் குழைய எது பாடினாலும்
ஒப்பாரிதான்

செத்தால் துடிப்பது
தமிழ்ப்பாட்டு
செத்துப் போகப் படிப்பது
இசைப்பாட்டு

உற்சவ மூர்த்திக்குப் பட்டாடை
அதே காவிரியில் மிதக்கின்றன
சவங்களும்

ஆற்றுக்குக் கருமாதி
நட்டாற்றில் உழவு
பதினெட்டாம் பெருக்கை
படையலிடு
தேநீர்க் கோப்பையில்

யுகபாரதி □ 81

04.
எழுதுக தோழி எதுவானாலும்
மறைத்து வைக்க மார்பில்லை எழுத்து
குழலூதும் கண்ணனை
ஆண்டாள் விரும்பியது
பாட்டுக்காக அல்ல
உதட்டுக்காக

உடம்பை அறிவி
பேணி உடுத்துதற்கு
கற்பொன்றும் உடையில்லை

பருவ மாற்றத்தைப் பறைசாற்று
தைரியமிருந்தால்
கொச்சையாகவும்

தெருவெங்கும் விளம்பரங்கள்
ஆணுறைக்கு
நீயேன் மறைக்கிறாய்
தீட்டுத் துணியை

யாருக்காவது
மனைவியாகலாம்
எல்லாருக்காகவும்
எழுத முடியாது

05.
அடித்துப் போடு
ஆடோ கோழியோ
காரநெடியேற
புசித்தால்தான் உணவு

கொல்வது பாவமென்றால்
செடிகளுக்கும் உயிருண்டு

அலகால் இரைதேடும்
பிராணி யாவும்
உடம்புக்கு ஏது
காலால் கவ்விப் பறப்பன
பெருங்கேடு

பழக்கமே இல்லையாயின்
உணவோ உறவோ
விட்டுவிடு திணிக்காதே

06.
பெரிதினும் பெரிது
ஒருவரைச் சிரிக்க வைப்பது
சிரிக்காத பெண்ணும்
செழிக்காத மண்ணும்
லட்சணமற்றவை

சிரமப்பட்டாவது
சிரிக்கவேண்டும்
நரி சிரிக்காது

நிலைப்படியில்
கண்ணைப்பார் சிரி
முடியாத பட்சத்தில்
நாட்டைப் பார்
வந்துவிடும் சிரிப்பு.

பாம்புப் புராணம்

மோடி மஸ்தானின் மகுடி இரைச்சலுக்கு
மதங்கொண்டு நெளிகின்றன பாம்புகள்
நஞ்சுள்ள தொண்டை
வைரம் கக்குமெனும் புரளி
தொடர்கிறது சங்கிலிபோல
படமெடுப்பதும் சட்டையுரிப்பதும்
அவற்றின் இயல்பெனினும்
சமீப காலங்களில் பழகி வருகின்றன
கற்பழிக்கவும் ஆட்சி நடத்தவும்
இருக்குமிடங்களில் சௌக்கியம் பெறும்
பாம்புகள் யாரையுமே
இருக்க விடுவதில்லை நிம்மதியாக
திருமாலின் படுக்கை
சிவபெருமானின் கழுத்து
கந்தவேலின் காலடி
கணேசனின் இடுப்பென
தங்குகின்றன எங்கேயாவது
பாம்பைக் கண்டு தடியெடுத்தது போக
தடியெடுத்து வருகின்றன காவிநிறப் பாம்புகள்
புழுவுண்டு வாழும் பாம்புகள் தொடங்கின
மனிதனையும் புசிக்க
நீயும் நானும் வணங்கித் தொலைக்கிறோம்
நாகத்தை நல்லதென்று
பாறையில் எது முதல் துகள்
பாம்புகளில் எது நல்லது.

கொடி

01.
கோடானு கோடி
கொடியுண்டு பூமியில்
கொடி நாட்டுதல்
குலப்பெருமை
குடிகெடுத்த மகராசரும்
கூறித் திரிவர்
கொடியின் புகழ்
அத்துப் போகாத
இரத்த சொந்தமென்பது
அம்மை கொடுத்த
ஆதிக்கொடியால் நேர்ந்தது
கத்தரித்தாலும் தனியாகாத
பற்றோடு பறக்கும்
கொடியை வணங்குவர்
நாள் வைத்து.
எனதாசை கொடியோடு வாழ்வது.

02.
முல்லை அவரை
பூசணி வெள்ளரி
கொடியில் காய்ப்பன
குதர்க்கமற்றவை

கொடிக்காக
தேர் கொடுத்த மரபை
குறித்து வைத்திருக்கிறது ஏடு
ஏற்றுவதோ இறக்குவதோ
கொடிகளால்
தொடங்குகிறது சடங்கு

பாண்டிய நாட்டு
மதிற்சுவரில் ஆடிய கொடி
அபாயமுரைத்தது கண்ணகிக்கு

கொடியற்றுப் போதல் துக்கம்
விடுதலைக் கொடிகள் விவரணைகள்
அடிதொட்ட காலம் முதல்
முடியாத குடியுரிமை
கொடியோடு விளைவது

கொடியைக் குத்தக்கூடாது
நடவேண்டும்
குத்துதல் இழுக்கு
நடுதல் இலக்கு.

03.
புலிக்கொடி பறந்த மண்ணை
பலி கொடுத்தாயிற்று

தனிக்கொடி கேட்பது
தகராறன்று, தாகம்.

கொடியடுப்பில் கறி சமைத்து
வீடு வீடாய் பரிமாறி
இடுப்பொடிந்த சேதிகள்
இன்பம்

குடையின் கீழ்
வசிப்பதைவிடவும்
கொடியின் கீழ்
இருப்பது செருக்கு

கொடியைக் காத்தல்
குமரரின் பொறுப்பு
வேண்டுமொரு கொடி பறப்பதற்கு
ஆளாய் பறந்தாலும்
ஆளப் பறப்பதில் தவறில்லை.

04.
கொடிகளை வெறும்
கயிறென்பது குற்றம்
அலசும் துணிகளின் ஆதரவை
உலர்ந்த பிறகும் உணரலாம்
அன்னை என்ற ஆதிக்கொடிக்கு
அடிப்படையாவது
தாலிக்கொடி
தாலியை வைத்தும்
வட்டிக்கு வாங்கலாம்
வட்டிக்காசு தாலியறுக்கலாம்
எதற்கும் உதவும் கொடியெனப்படுவது

யுகபாரதி □ 87

மாறும்போது தடியாகும்
மாற்றும்போது விடிவாகும்.
உடையின்றிப் போனாலும்
மானமுண்டு
கொடியின்றிப் போதல்
ஈனம்

05.
ஒரு கொடி இன்னொரு கொடியை
பழிப்பது அரசியலில்
நெய்தவனின் கண்ணீருக்கும் நெகிழாது
கஞ்சித் தொட்டி கருணையென்றால்
கலவரம் கேட்கும் பிரியாணி
வண்ணக்கொடிகள் வகைக்கொன்றாக
சாதிக் கொடிகள் ஓட்டுக்கு
சர்க்கார் கொடிகள் கூட்டுக்கு
அன்னக் கொடிகள் கிழிந்து போனபின்
அத்தனை கொடியும்
அம்மணக் கொடிகள்

06.
கறுப்பு முறைத்தது காவிக் கொடியை
காரணத்தோடு, சிவப்பும் சிரித்தது.
கரணம் தப்பிடமரணமென்பதால்
வருண பேதமை வம்புக்கிழுத்தது

ஒன்று இரண்டென பிச்சை கேட்டு
ஒட்டும் உறவால் ஜெயித்த பிறகு
கொடிகள் தமக்குள் பேசித் திரியும்
ஆட்சியமைப்பது உறுதி
எக்கொடியாயினும் இறக்குதல் எளிது

காற்றடிக்கும் திசையில் பறக்கும் கொடிகள்
கொள்கையற்றவை
மூல வண்ணம் நான்குதான்
மூலைக்கொன்றாய்
பறந்த போதும்

07.
குண்டு துளைக்காத ஆடை தரித்து
கொடியை வணங்கும் வீரத்தை
மெச்சி எழுத மனமின்றி
மெலிந்து போவாள் கலைமகள்
அணுகுண்டு வெடிப்பதுஒருபக்கம்
அழிவுண்டு துடிப்பது மறுபக்கம்
பட்டொளி வீசிப்
பறக்கிறது பாரத மணிக்கொடி.

ஏமாற்றம்

நீ உன் முந்தானையால்
தலை துவட்டி விடுவாய்
என்பதற்காகவே
குடை மறந்து வந்த மழை நாளில்
ஜீன்சும் டீஷர்ட்டுமாய்
நின்றிருந்த உன்னை
என்ன சொல்லித் திட்டுவது?

பிணக்கு

சின்னச் சின்னதாய்ச்
சொல்லும் பொய்களையெல்லாம்
எப்படியோ கண்டுபிடித்துவிடுகிறாய்
அப்போதும்,
பொய் சொல்வதில்கூட தென்படாத
என் புத்திசாலித்தனத்தின் மீதுதான்
உன் கோபமெல்லாம்.

கேள்

சொந்தம் மறந்தவனென்று
உறவுகள் தூற்றட்டும்
இறந்தவர் வீட்டுக்கெல்லாம்
வரவே மாட்டேன்
நீ அழுதுகொண்டிருப்பதைப்
பார்க்க முடியாது என்னால்.

அழகு

உனது எல்லா அழகுகளையும்
மொத்தமாக எழுதிவிடமுடியாது
எனில், எழுதும்போதே கூடிவிடுகிற அழகு
உனக்கேயானது.

ஈரம்

சொல்லாமல் வந்து
சொல்லாமலேயே விடைபெறும்
மாமழையை ஒத்தது
மாசறுக்கும் உனது புன்னகை
மெய்யாகவே நீ மழைதான்
வாசல்வரை வந்தும்
வீட்டுக்குள் நுழையாததால்.

உயிர்ப்பு

ஒரு கன்னத்தில் வாங்கியதும்
இன்னொரு கன்னத்தைக்
காட்டுகிறேன் முத்தத்திற்காக
நாணச் சிலுவையேந்தும் காதல்
எப்படியோ உயிர்த்தெழுந்துவிடுகிறது
யேசுவாக.

ஆசை

ஊசி வெடிக்குப்பயந்து
கண்களை இறுக மூடி
உதடுகளை அழுந்தக் குவித்து
தியானத் தோரணையில் தென்படும்
உனது அழகைக் காண்பதற்கேனும்
வரக்கூடாதா தீபாவளி
ஒவ்வொரு நாளும்

முத்துதல்

உனக்குத் தெரியாமல்
உன் கைக்குட்டையில்
அழுத்தமாய் ஒரு முத்தம் பதித்து
அதே இடத்தில் வைத்துவிடுகிறேன்
பிறிதொரு நாளில்
அழுத விழியுடன் நீ வருகிறாய்
உங்கள் முத்தத்தைத்
தொலைத்து விட்டேனென்கிற
பரிதவிப்போடு.

கேள்வி

குனித்த புருவமும்
கொவ்வைச் செவ்வாயில் குமின் சிரிப்பும்
பனித்த சடையும்
பவளம்போல் மேனியில் பால் வெந்நீரும்
இனித்தமுடை எடுத்த பொற்பாதமும்
காணப் பெற்றால்
மரித்துப் போவானா சொல்
எவனேனும்?

நெகிழ்வு

உடைந்தால் கலங்குவாயென்று
ரப்பர் வளையல்கள்
வாங்கிக் கொடுத்தேன்
நீயோ அளவு சரியில்லை என
இளைக்கத் தொடங்கிவிட்டாயே.

அதிர்ஷ்டம்

நீ பேசியதைவிட
உன் உதடுகள் என்னிடம்
பேசியிருக்கின்றன நிறைய
புதிதாய்க் கிணறு தோண்டுபவனுக்கு
நீருக்குப் பதிலாகப்
புதையல் கிடைத்ததுபோல

சொல்

ஒரே நேரத்தில்
அத்தனை ஊற்றும் பெருக்கெடுக்க
வழியுமுனது ஞாபகங்களை
எந்தப் பாத்திரத்தில் பத்திரப்படுத்துவது?

தெளிவு

தீபாவளியென்றால்
வேறொன்றுமில்லை
கை நிறைய பலகாரத்தோடு
நீ என் வீட்டுக்குள் நுழைகிற
பண்டிகை.

இச்

முத்தமிட்டுப் பிரியும் தருவாயில்
நினைத்துக்கொள்வேன்
நீ கொடுத்து வைத்தவளல்லள்
வைப்பதற்காகவே
கொடுப்பவள்.

பின்குறிப்பு

என் எல்லா ஆடைகளும்
உன் கண்களை முன் வைத்தே
தேர்ந்தெடுக்கப்படுகின்றன
உன் ஒவ்வொரு புன்னகையும்
என் முகச் சாயலை உத்தேசித்தே
உதிர்க்கப்படுபவை.

முடிவு

நிரந்தமாக
நீ என் வீட்டுக்கு வரும்பட்சத்தில்
தகர்த்துவிடலாம்
கொல்லைப்புறத்திலுள்ள
துளசி மாடத்தை.

ஹராம்

எல்லாம் வல்ல இறைவனென்று
ஏன் சொல்லுகிறாய்
எல்லாம் வல்ல காதலென்று
சொல்லிப் பழகு
இறைவன் பிரிக்கிறான்
காதல் சேர்க்கிறது.

தொண தொண

என்ன பேசும் நம்மைப் பற்றி
எழவெடுத்த ஊரென்று பயந்துபயந்து
எதுவுமே பேசாமல் போய்விடுகிற
உன்னைப் பற்றி எல்லோரிடமும்
பேசிக்கொண்டேயிருக்கிறது
என் காதல்.

யூடு

முன்பின் சாகாமலேயே
இடுகாட்டை அறிந்துகொள்ள
ஏதுவான பாதை காதலென்று
திளைக்கத் திளைக்கக் காதலித்த
யாருமே சொல்லவில்லை
உங்களில்.

ஏற்பு

இருபது நிமிடம் தாமதமாய் வந்த
என்னை நீ கரித்துக் கொட்டுகையில்
இருபத்தியொரு வருடம் தாமதமாய் வந்த
உன்னை எதுவுமே சொல்லாமல்
அனுசரித்துக்கொள்கிறது என் காதல்.

ஓர்மை

நினைக்க ஒன்று
மறக்க ஒன்று என இருந்த
என்னுடைய இரண்டு மனத்தையும்
நீ எடுத்துக் கொண்டு போய்விட்டாய்
இப்போது என்னுடன் இருப்பது
ஒரே ஒரு இதயம்
அதுவும் உன்னுடையது
நினைப்பதும் மறப்பதும்
உன் பொறுப்பு.

தேசப்பற்று

குலுக்கிக் காட்டும் நடிகைக்குக்
கொட்டகையில் விசில் ஊது
ஒதுங்கிய பொய் முலை பார்த்து
ஒய்யாரக் கூச்சலிடு
விதிதான் யாவுமென்று
வேதாந்தம் பேசிக்கொண்டு
அரைவயிற்றுக் குமுறலுக்குள்
அடிபட்டு அநாதையாகு
நாடுனக்குச் செய்யாது எதுவும்
நாட்டுக்காக நீ செய்
தற்கொலையாவது.

நாமதன் புதல்வர்

எல்லையைக் காப்பாற்ற
ஏந்து ஆயுதம்
எந்த நாட்டிடமும் பிச்சையெடு
அல்லது கடன் கேள்
அண்டைத் தேசங்களை அச்சுறுத்த
குண்டுவெடித்துப் பீற்றிக்கொள்
அரசுத் தொலைக்காட்சியில்
ஒளிபரப்பு கிரிக்கெட்டை
பகையை வளர்த்து விடு
மதத்தைத் தூண்டு
நோக்கம் வல்லரசாவது
பாரதநாடு பழம்பெரும்நாடு
நாமதன் புதல்வர்
நாசமாய்ப்போக.

முழக்கம்

காலி டப்பாவை உண்டியலாக்கி
கட்சிக்கு நிதி சேர்
கோவணம் போனாலென்ன
கொள்கை முக்கியம்
இந்தியை எதிர்த்து
தலை வைத்த தண்டவாளத்தில்
அந்தி வந்ததும் ஆரம்பமாகிறது
தொந்தரவு
ஓங்கிக் குரலெழுப்பு
உடல் மண்ணுக்கு
உயிர் தமிழுக்கு
மொழி வாழ கொடிபிடிடா
ஊரோர முக்கத்தில்
தலைவர்களின் தலைமுறையோ
பாராளுமன்றத்தில்

ஊர் திரும்பல்

போகிறேன் ஊருக்கு
வெகுநாள் கழித்து
ஆட்டுத்தடம் பதிந்த
மதகடி மேட்டில்
எழும்பியிருந்தது பேராலயம்
பிச்சைமுத்து ஆகியிருந்தான்
பீட்டராக
பிள்ளைகள் படிக்கின்றனவாம்
கான்வென்டில்
கட்டியணைத்த பைபிளுடன்
உகுத்தான் தோத்திரம்
ஆப்பம் கிடைக்காத எமக்கின்று
கர்த்தர் அளிக்கிறார்
அப்பம்.

தேடல்

பதேர் பாஞ்சாலி
பை சைக்கிள் தீவ்ஸ்
கொஞ்சம் கவிதை
ரஷ்ய கலாச்சார மையம்
நூல் வெளியீடு
மழிக்காத தாடி
தீவிர இலக்கியத்தின் மடியிலிருந்து
திரைத்துறைக்குப் போனவுடன்
போயிற்று யாவும் கனவாக
கனவுகள் காண்பதற்கன்றித்
தருவதில்லை வேறெதையும்
பாதியில் தொலைந்ததை
மீட்க முடியுமா
அதே படுக்கையில் தேடினாலும்.

எண்ணிக்கை

இருபது கண் ராவணனுக்கு
இருந்த போதும்
சீதையின் இரண்டே இரண்டு கண்
என்ன பாடுபடுத்தியது
எதற்கும் முக்கியமில்லை
எண்ணிக்கை
பதத்திற்கு ஒரு சோறென்பது
பாமர சாதுர்யம்.

மானியம்

கலங்குகிறான் விவசாயி
கதிரிலே பூச்சி விழ
வட்டிக்கு மேல் வட்டி
அடைக்க வழியற்று
அடகுவைப்பான் வயற்காட்டை
கலப்பை நுனியில் மொய்க்கிறது
சிலந்தி வலை
எலிக்கறி தின்று நிரப்புகிறான்
வயிற்றை
கட்டுக்கட்டாய்ப் போரடித்த
காலம் மலையேற
இலவச மின்சாரமோ
பம்பு செட்டுப் பண்ணையாருக்கு.

உபாதை

பெருத்துவிட்டது ஜனத்தொகை
நெரிசல் பிதுங்கும்
பேருந்தில் திருவிழாக் கூட்டம்
தொண்டை வறளக் கத்தி
எட்டணா ஒரு ரூபாய்க்கு
ஏங்கியலைகிறான்
இஞ்சிமரப்பாக்காரன். கூடவே
முப்பதே நாளில்
மொழிபயிலும் நூல்கள் வேறு
ஊர்தோறும் இதே நிலை
ஒண்டிக்கொண்டி போட்டு
உட்கார இடம் தேடும் ஆடவர்
பாவமோ பாவம் பெண்டிர்
பொதுவிடத்தில் வந்தாலும்
அவர்களால் போகமுடிவதில்லை
ஒண்ணுக்கு.

அரசியல்

கெட்டதைத் தொடர்ந்து செய்தால்
கேட்காமல் தருவார்கள்
டாக்டர் பட்டம்
பட்டதை உரக்கச் சொன்னால்
பைத்தியம்
இன்னுமொன்று, இந்நாட்டில்
தலைவரெல்லாம் மருத்துவர்கள்
தமிழ்மக்கள் நோயாளிகள்
அவசர சிகிச்சைப் பிரிவில்
அரசியல்.

வெஸ்டர்ன்

கழிக்காதே சிறுநீரென்று
தன்வீட்டு வெளிச்சுவரை
தற்காக்கும் ஒருவராவது
பொதுக் கழிப்பிடமற்ற நகராட்சியின்
போக்கிரித்தனத்தைக் கண்டிக்கிறோமா
கண்டதே காட்சி
கொண்டதே கோலம்
நாறிக்கிடக்கிறது நமச்சிவாயா
கக்கா போகவும்
காசு கேட்கிறது நிருவாகம்
வாய் கெட்டு வயிறு கெட்டு
வந்துவிட்டோம் கடைசியில்
டாய்லெட்டிலும்
வெஸ்டர்னுக்கு.

பிழைக்க

கரைபெருக ஓடிய
காவிரியில் நீச்சலடித்தவர்கள்
தங்கள் மகன்களை
பழக்கிக்கொண்டிருக்கிறார்கள்
வாட்டர்கேன் தொழிலுக்கு பிழைக்க

வாடிவாசல்

நம்பமுடிகிறதா உங்களால்?
வாழ்வு மொத்தமும்
அவளேயென்று கண்ணீர் மல்க
காதலைச் சொல்லிக்கொண்டிருப்பவன்
மாடுபிடி வீரனென்பதை

துக்கிரித்தனங்கள்

துக்கிரித்தனங்கள் நிறைந்த ஒருவன்
தூய காதலைப் பேசலாமா?
பேசலாம்; பேசலாம்.
காதலையும்
துக்கிரித்தனங்களில் ஒன்றாக
எண்ணும் பொழுது

துக்கிரித்தனங்கள் நிறைந்த ஒருவன்
மக்களை வழி நடத்தலாமா?
நடத்தலாம்; நடத்தலாம்.
அரசியலையும்
துக்கிரித்தனங்களில் ஒன்றாக
ஆக்கும் பொழுது

துக்கிரித்தனங்கள் நிறைந்த ஒருவன்
மடாதிபதியாக ஆகலாமா?
ஆகலாம்; ஆகலாம்.
மடாலயங்களையும்
துக்கிரித்தனங்களில் ஒன்றாக
மாற்றும் பொழுது

அதுசரி, துக்கிரித்தனங்கள் என்றால்
என்னவென்று சொல்ல முடியுமா?
முடியும்; முடியும்.
பிரதமரைக் கேளுங்கள்

மெய்

மனசுக்குப் பிடித்த உன்னோடு
மணிக்கணக்கில் பேசலாம்
மழைவெயில் தொடங்கி
மாதவிடாய் தொல்லை வரை
ஆறுகால பூஜைகளும்
பேறுகாலப் பிரச்சனைகளும்
நானறிந்தது நீ சொல்லியே
நேற்று வாசித்த கவிதை
நிறைவேறாத அபிலாஷை
உதவிக்கு வராதவர்கள்
உபத்திரம் செய்பவர்கள் என
சொல்லவும் கேட்கவும்
அநேகமிருக்கும் நம்முடைய
உரையாடல்களில், விடுபடுவதில்லை
எந்த விவாதங்களும்.
மனசுக்குப் பிடித்த நாம்
பேசிக்கொள்கிறோம்
மனசைப் பேசுவதில்லை எனும்
தீர்மானத்துடன்.

கரிப்பு

சாராய வாடையில்லாத
துக்க வீட்டில் தெரிந்துகொள்ளலாம்
சரிந்து கிடப்பவன்
சம்பாதித்த யோக்யதையை
முறை செய்வதிலோ
முன் நிற்பதிலோ
போட்டி நிகழாத கல்யாண வீடு
கல்யாண வீடே இல்லை
வரச் சொல்லித் தந்தியடிப்பதும்
வந்துவிட்டால் கோழியடிப்பதும்
இல்லாமலேயே போய்விட்டன
இன்றைய நாளில்
கை நிறைய தீனிப்பையும்
கடவாயில் வெற்றிலையும் கொணர்ந்த
முருகராஜ் மாமாக்கள்
அடைக்கமுடியாமல் தவிக்கிறார்கள்
விவசாயக் கடன்களை
நாகரிகமழித்த நம்முடைய
நம்பிக்கையில்
பட்டுத் தெறிக்கிறது
பாவத்தின் எச்சில்
சொல்ல ஏதுமில்லை. ஏனோ
ஓடிக்கொண்டே இருக்கிறது
ஒவ்வொரு நதியும்
உப்பாவதற்கு.

பாசாங்கு

முயல் ஆமை கதைசொல்லி
முற்றத்து நிலா காட்டி
விளையாட்டுப் பொம்மை தந்து
விதவிதமாய்க் குறும்பு செய்து
காக்கையைத் துணைக்கழைத்து
கருவிழியை உருட்டி
செல்லமென்றோ சிங்கமென்றோ
கொஞ்சிக்குலவி
ஒரே ஒரு வாய் உணவை
ஊட்டுவதற்குள்
போதும் போதுமென்றாகிய
தாயிடம் கேட்கலாம்
பாசாங்கிற்கும் பாசத்திற்குமுள்ள
வேறுபாட்டை.

வதை

தொழுவ மாடுகளைக் குளிப்பாட்டி
கொம்புகளில் ரிப்பன்கட்டி
குங்குமமோ சந்தனமோ வைத்து
சாம்பிராணிப் புகையில்
ஆரத்தியெடுப்பவர்கள்
கேள்வியாவது பட்டிருப்பார்களா?
பசுவதைத் தடுப்புப்பற்றி.

பாடல்

இன்னுமொரு காதல்பாடல்
எழுத நேர்ந்தது
நெருக்கத்தை விவரிக்க
நினைவுகளைக் காண்பிக்க
விரும்பிய இயக்குநர்
விளக்கினார் சூழலை
தூக்கமில்லையாம்
சோறு செல்லவில்லையாம்
பூமியே நின்றதுபோல்
புழுக்கமாம் நெஞ்சில்
ஏந்திக்கொள்ள வருவாயா என
ஏங்குகிறார்களாம் இருவரும்
உன்னையன்றி நானா
உயிரே நீ வேறா
சுற்றிச் சுற்றி வருகிறார்களாம்
சுட்டெரிக்கும் வெயிலில்
வாழ்ந்தால் உன்னோடு
இல்லையேல் மண்ணோடு
நானும்கூட எழுதுவேன் என்றார்
இறுதிவரை அவரால்
சொல்லவே முடியவில்லை
இயல்பிலுள்ள காதலை
இன்னுமொரு காதல்பாடல்
எழுத நேர்ந்தது
கண்ணதாசனாக.

கேள்வி

கேட்கத் தொடங்கிவிட்டாள் காவ்யா
சொல்வதை மட்டுமே
கேட்டுக்கொண்டிருந்த அவள்
இப்போதெல்லாம்
கேட்பதற்காகவே எதையாவது
சொல்லச் சொல்கிறாள்
சொல்ல முடியாததையும்கூட.
சமயங்களில் எங்களுடைய
சமாளிப்புகளை அவளால்
கண்டுபிடித்துவிட முடிகிறது
அவளைப் பொறுத்தவரையில்
அவள் எதிர்பார்ப்பது
சரியான பதில்களை அல்ல
சரியான சமாதானங்களை
சந்தேகம் தொனித்துவிட்டால்
சல்லடையாக்குகிறாள்
எதைச் சொல்லியும் அவளை
ஏமாற்ற முடிவதில்லை
என்னென்னவோ கேட்கிறாள்
மேல் கீழாக கீழ் மேலாக
விரிகின்றன அவள் கேள்விகள்
ஒரு கேள்வியில் இருந்து
ஓராயிரம் கேள்விகளைத்
தொடுக்கும் அவள் என்றேனும்
கேட்கத்தான் போகிறாள்
என்ன சாதி நாமென்றும்?

யுகபாரதி

பறவை

பெரும் புயலுக்குப்பின்
சாய்ந்துகிடக்கும் மரங்களில்
கூடுகட்ட எண்ணுபவை
பறவைகளே அல்ல.

அதே அவள்

மறுபடியும் அவளைச் சந்தித்தேன்
மாற்றமில்லா அதே சிரிப்புடன்
இடுப்பிலிருந்த குழந்தையைப்போல்
பழைய கோபங்களையும்
இறக்கிவிட்டாள்
அத்தானை அறிமுகம் செய்தாள்
வசதியோடுதான் வாழ்கிறாளாம்
அம்மா மாதிரியே நடத்துபவள்
அத்தையாக வாய்த்தது
அதிஷ்டத்திலும் அதிஷ்டமாம்
விரைவில் குழந்தைகளுக்குக்
காது குத்தாம்
மனோன்மணி டீச்சரை
இடையில் சந்தித்தாளாம்
மடுவங்கரை ஏரி மீனென்றால்
இப்பவும் ஊறுகிறதாம் நாக்கு
பேசிக்கொண்டே இருந்தவள்
இடையில் விழுந்த
இரண்டு சொட்டுக் கண்ணீரைத்
துடைத்துக்கொண்டு சொன்னாள்
கண்ணில் விழுந்துவிட்டதாம் தூசி
காரணம் ஒன்றுமில்லையாம்.

மழை

எல்லா நன்மைகளையும்
ஏந்தி வருகிற மழையை
யாராவது கூப்பிட்டிருக்கிறோமா?
வீட்டுக்குள்.

இயற்கை

ஒரு துக்க செய்திக்குப்பின்
நீங்கள் மல்லாந்து ரசிக்கக்கூடியதாக
இருப்பதில்லை
நிலவோ விண்மீன்களோ
உங்கள் முகமோகூட.

இன்னொன்று

அகல்விளக்கை
ஏற்றிக்கொண்டிருந்த காவ்யா
கேட்கத் தொடங்கினாள்
ஒரு சூரியனிலிருந்து ஏற்ற முடியுமாப்பா?
இன்னொரு சூரியனை.

நல்ல

கவனிக்கத்தக்கன
நல்ல என்று ஆரம்பிக்கும்
சொற்றொடர்களை
நல்ல ஆள் நல்ல அரசு
நல்ல நிகழ்ச்சி நல்ல நடனம்
நல்ல தூக்கம் நல்ல கனவு
நல்ல வாழ்க்கை நல்ல மனைவி
நல்ல கணவன் நல்ல குடும்பம்
நல்ல குழந்தைகள்
நல்ல மழை நல்ல குளிர்
நல்ல தண்ணீர் நல்ல காற்று
நல்ல சாமி நல்ல மேய்ப்பன்
நல்ல உணவு
நல்ல புணர்ச்சி
நல்ல என்ற சொல்லை
கண்டுபிடித்த முதல் மனிதனே
தொடங்கியிருக்கக் கூடும்
கெட்டதை.

நல்ல தாய்

தன் எல்லா குழந்தைகளையும்
கிணற்றில் எறிந்தவளுக்குத்தான்
இலக்கியம் பெயர் வைத்தது
நல்ல தங்காளாக.

நல்ல தேனீர்

உடல் சோர்ந்து உட்காருகையில்
கோப்பை நீட்டும், உங்கள்
அம்மாவோ மனைவியோ
இதுவரை குடித்ததில்லை
ஒரு நல்ல தேனீரை
கொஞ்சம் ஆறியோ
கொஞ்சம் தித்திப்பு கூடியோதான்
குடித்து முடிக்கப்பட்டிருக்கிறது
அவர்களுடைய குவளை
அவர்கள் அவர்களுக்கான தேனீரை
ஒருநாளும் தனித்துத்
தயாரித்துக்கொள்வதில்லை
ஏற்கெனவே இட்டதையோ
இடம்பெறும் மீதத்தையோ
பருகியே பழக்கப்பட்டது
அவர்கள் உதடு
ஒவ்வொரு முறையும்
ஒரே பதத்தில் தேனீரைத் தர
அவர்கள் எடுக்கும் முயற்சி
பெரும்பாலும் தோற்றுவிட
ஒரு நல்ல தேனீரென்பது
உண்மையில் எங்கிருக்கிறது?
கொடுக்கப்படும் கைகளிலா
குடிக்கப்படும் உதடுகளிலா.

இயல்பு

வருமானத்திற்கு அதிகமாகப்
பாவங்களைச் சேர்ப்பவர்களையும்
உள்ளடக்கியதுதான்
இந்தத் தேசமில்லையா?
இருப்பதைக் கொண்டு
வாழ முடியாதவர்கள்
இன்னும் கொஞ்ச நாளில்
இயல்பாகச் செய்யலாம்
கொலைகளையும்.

ரூபாயில் சிரிக்கிறார் காந்தி

ஏய்ப்பவர்கள் நிற்கவேண்டிய
எல்லா வரிசையிலும்
ஏழைகளை நிறுத்துகிற ஏக இந்தியா
சோத்துக்கில்லாதவனிடம்
சொல்லாமல் வசூலிக்கிறது
கருப்புப்பணத்தை
பித்தலாட்டப் பெரும்புள்ளிகள்
கட்டாத பணத்தையெல்லாம்
வட்டியோடு வாங்கப்பார்க்கிறது
பஞ்சப் பராரிகளிடம்
அதிக அதிகமாய்ச்
சொத்து சேர்த்தவர்களை
ஆட்சியிலே அமர்த்திவிட்டு
அன்னாடங் காய்ச்சிகளிடம்
ஆரம்பிக்கிறது விசாரணையை
கோடியிலே கொழுத்தவர்கள்

கொண்டுபோன மானத்தைத்
தேடிக்கொண்டிருக்கிறது
தேய்ந்தவனின் கோவணத்தில்
ஓட்டுக்கு மை வைத்தே
ஒன்றும் நடக்கவில்லை. அதற்குள்
நோட்டுக்கு மை வைக்க
நுழைகிறது நடவடிக்கை
பத்துக்கு நூறாக
பணமுதலை பெருத்திருக்க
ஒப்புக்குக் கணக்கெழுதி
உருப்படுமா இந்நாடு
ஒண்ணுக்கு வந்தால்கூட
ஒதுங்கவும் வழியில்லாத
வங்கிகளை வைத்துக்கொண்டு
எண்ணம் பலிக்குமென்று
எத்தனைநாள் பேசுவது?
ரூபாயில் சிரிக்கிறார் காந்தி
சிரிப்பாய்ச் சிரிக்கிறார்கள்
மக்கள்.

இனாம்

இரண்டு ரூபாய் ஏற்றிவிட்டாராம்
இஸ்திரி போடுபவர்
எப்பவும் போல அளவையில்
குளறுபடி செய்தார்களாம்
அமுதம் அங்காடியில்
கேன் வாட்டரிலும்
கிருமிகள் இருப்பதாக
யாரோ சொன்னார்களாம்
முகமே சரியில்லையாம்
ஸ்கூல்வேன் ஓட்டுபவர்க்கு.
சிலிண்டர் தீர்ந்துவிடுகிறதாம்
சீக்கிரமே. மேலும்,
மீதமாகும் நூறு யூனிட்
மின்சாரக் கட்டணத்தில்
பழசான கம்மலுக்கு
பாலீஸ் போடணுமாம்
எளிய புகார்களோடும்
எளிய தேவைகளோடும் அவளிருக்க
எழுதிக்கொண்டிருக்கிறேன்
ஏகாதிபத்தியத்தை வீழ்த்தும்
இன்குலாப் கவிதைகளை

காதலிகள்

01.
என்னுடைய காதலிகளில் ஒருத்திகூட
என்னுடைய சினிமாப்பாட்டில்
வரவே இல்லை
கூப்பிட்டுப் பார்த்துவிட்டேன்
ஒருமுறைக்குப் பலமுறை
இதோ அதோ என்கிறார்களே தவிர
வந்தபாடில்லை
அவர்கள் வராமல் இருக்க
எதை எதையோ சொல்கிறார்கள்
விரதமிருப்பதாகவும்
விலா வலிப்பதாகவும்
அவர்கள் தள்ளிக்கொண்டே இருக்கிறார்கள்
தங்கள் வருகையை
இவ்வளவு கெஞ்சுகிறேனே
இரக்கமில்லையா என்றதும்
அவர்களில் ஒருத்தி சொன்னாள்
எப்படி வர முடியும்?
எல்லாப் பொழுதிலும் எங்களை நீங்கள்
நயன்தாராவாகவும் அமலாபாலாகவும்
கூப்பிட்டுக்கொண்டிருந்தால்

02.
என்னை வைத்துத்தானே
அந்தப்பாடலை எழுதினீர்கள் என
என்னுடைய காதலிகளில் ஒருத்தி
கேட்கத் தொடங்கினாள்
ஆமென்று சொல்ல அச்சமாயிருந்தது
இல்லையென்று சொல்ல துக்கமாயிருந்தது
எதுவும் சொல்லாமலிருந்தேன்
சொல்லாமலிருந்தால் தெரியாதா என
மீண்டும் அவளே எழுப்பினாள் கேள்வியை
உண்மையில் தெரிந்த பதில்களுக்கான
கேள்விகள் தெரியாததுமாதிரியே
தொடங்குகின்றன
ஒரு பெண் தன் எதிர்காலத்திற்காக
அறத்தையும் நம்பிக்கையையும்
கொன்றொழித்த குற்றத்தைப் போல
ஆமென்ற சொல்லிலும்
இல்லையென்ற சொல்லிலும்
ஏற்பட்டுவிடுகிற துயரங்களைப்போல
உங்களுக்குத் தெரியாததா என்ன
ஒரு நல்ல பாடல்
சிலவேளைகளில் இப்படித்தான்
காதலையும் காதலிகளையும்
விழுங்குமென்று

வினா

அதென்ன அஞ்சலிக்கூட்டம்?
ஓங்கிக் குரலெடுத்து ஒருவர்கூட
அழாமல்

மராமத்து

01.
சிதிலமடைந்த கோட்டைகளையோ
சின்னாபின்னமான கோயில்களையோ
மராமத்துச் செய்துகொண்டிருப்பவர்கள்
ஒவ்வொரு காலத்திலும்
கொடிபிடித்துக் கோஷமிட்டது
கூலி உயர்வுக்கு மட்டுந்தானா
செப்புப்பட்டயத்தில்
பொறிக்கப்பட்டிருந்த தங்கள் பெயர்களைக்
காவல்நிலையக் குறிப்பேட்டுக்குக்
கைமாற்றியதைத் தவிர அவர்களால்
செய்ய முடிந்தது ஒன்றுமில்லையா
அவர்களேகூட அறிந்திருப்பார்களா
மல்லாந்த கோட்டைகளும்
மணியறுந்த கோயில்களும்
தங்கள் தாத்தாக்களின்
எலும்புக்கூடுகளென்று

02.
எத்தனையோ வருடமாயிற்று
ஏரி குளங்களை மராமத்துச் செய்து
மண்வெட்டிகளே தொடாமல்
மண்டிக்கிடக்கிறது காட்டாமணக்கு
அள்ளிக்கொட்ட வேண்டிய
அழுக்குகளையும் குப்பைகளையும்
பொதுப்பணித்துறை வைத்திருக்கிறது
பொக்கிஷமாக
இப்பவுமே நம்பத்தான் போகிறோமா?
இதே ஏரியிலும் இதே குளத்திலும்
இன்னும் கொஞ்சநாளில்
பாலும்தேனும் ஓடப்போவதாக

03.
நானூறாண்டுகால சோழ ஆட்சியில்
செழித்தோங்கிய ஒரு வம்சம்
பயிர்க்கடனை அடைக்கமுடியாமல்
தற்கொலை செய்துகொண்ட செய்தியைப்
பதட்டமில்லாமல்தான்
படிக்கிறீர்களா நீங்களும்
கங்கையை வெல்ல கடாரத்தை வெல்ல
போர்புரிந்த அவர்கள் பேரன்கள்
4ஜி மொபைலுக்கு வரிசையில் நிற்பதைப்
புரிந்துகொள்ள முடிகிறதா உங்களால்
அறிவீர்களா நீங்கள்
கத்தி கபடாக்கள் இருந்த கையில்
ஐ பேடுகள் வந்ததை
குலப்பெருமையைப் போற்ற
குருக்களுக்கு நிலங்களைத் தானமளித்தவர்கள்

அந்த நிலங்களையெல்லாம்
கார்ப்பரேட்டுகளுக்குக் கிரயம் செய்வதைக்
கேள்விப்பட்டீர்களா
ஒருவர்கூடவா
உங்களுக்குச் சொல்லவில்லை
அவர்கள் தங்களுடைய
தானியக் கிடங்குகளையெல்லாம்
அணுகுண்டுச் சோதனைக்கூடமாக
ஆக்கிவிட்டதை
இன்று ஒரு தொலைக்காட்சியில்
ஸ்க்ரோலிங் போகிறது
அடுத்த நாட்டைச் சூறையாடி
சோழ தேசம் சேர்த்திருத்த செல்வங்களை
அப்படியே வாங்கிக்கொள்ள
அமெரிக்கா ஆசைப்படுவதாக

04.
சுத்திகரிக்கப்பட்ட தண்ணீருக்காக
ஆறுகளையும் குளங்களையும் இழந்தவர்கள்
யோசித்துக்கொண்டிருக்கிறார்கள்
ஒரு பாட்டில் தண்ணீரிலிருந்து
உற்பத்தியைப் பெருக்க

05.
ஆட்சியோ அதிகாரமோ
எங்கோ ஓர் இடத்தில் குவிய
வழியேதுமிருக்கிறதா
வாழ்ந்து தொலைக்க?
அசலான விதைகளையெல்லாம்
அடியோடு அழித்துவிட்டு
பூச்சிகொல்லிகளை

உண்ணத்தொடங்கிய ஒரு சமூகத்திடம்
எப்படி எதிர்பார்க்கிறீர்கள்
போராட்டத்தைக் கைவிடச் சொல்லும்
உங்கள் கோரிக்கைகளை
மதிப்போமென?

வாசனை

ஏருழும் மாமனுக்கு
இஞ்சித் துவையலை அரைத்தவள்
கழுவாமல்விட்ட அம்மியிலிருந்தே
அடித்துக்கொண்டிருக்கிறது
காதலின் நெடி.

மருதம்

மதிப்பிழந்த மருத நிலக்காரன்
மாநகர நெரிசலில் சிக்குண்டு
காணும் பொங்கலைக்
கொண்டாடிக்கொண்டிருக்கிறான்
கடற்கரையில்.

தைப் புரட்சி

நாற்பதாண்டுகளுக்குப் பிறகு
காலம் தன்னைக் கழுவிக்கொள்ள
கூடி நின்றது மெரினாவில்
அதுவரையுள்ள அரசியல் குப்பைகளை
எளிய மனிதர்கள் எடுத்து வீசினார்கள்
முஷ்டி உயர்த்திய அவர்களின்
முரட்டு முழக்கங்கள்
டெல்லி தர்பாரின்
குரல்வளையைக் குறிவைத்துக் கவ்வின
ஏழே பொழுதுகளில் தங்கள்
பாரம்பரிய முன்னெடுப்புகளை
பாவப்பட்ட அந்த சனங்கள்
உணர்த்திப்போனார்கள் உலகிற்கு
அறத்தின் துணையால்
அவர்கள் தங்கள் ஆன்ம பலத்தை
அறிவித்தார்கள் ஆட்சியாளர்களுக்கு
கிளர்ச்சியோ கலகமோ இல்லாமல்
கலைய விரும்பிய அவர்களை
காட்டுமிராண்டியாகவும்
சமூகவிரோதியாகவும்
சித்திரித்தன போலி ஊடகங்கள்
மீண்டும் அவர்கள் கூடுவார்கள்
விட்ட இடத்திலிருந்து தொடங்க அல்ல
விட்டுவிடாமல் எல்லாவற்றையும்
தொடர.

அமைதி

போகவே வழியில்லாத
புண்ணியக் கேந்திரங்களுக்குப்
புறப்படுகிறீர்கள்
எத்தனை நாள் விரதமென்றாலும்
ஏற்றுக்கொள்ளச் சம்மதிக்கிறீர்கள்
செலவு பிரச்சனையில்லை
சேர்ந்தோ தனித்தோ
மாலையிட்டு உருகுகிறீர்கள்
பஜன்களில் கரைகிறீர்கள்
ஆன்மீகக் குருக்களின் குறுந்தகடுகளை
அலமாரியில் நிரப்புகிறீர்கள்
படித்தும் புரியாத பதிகங்களை
மனப்பாடம் செய்கிறீர்கள்
மந்திரித்த தாயத்துகளிலும்
மெய்மறந்த தியானங்களிலும்
உங்களை நீங்களே உருவேற்றுகிறீர்கள்
தொட்டுத் தொடரும் துயரிலிருந்து
விட்டு விடுதலையாக விரும்புகிறீர்கள்
ஒருவகையில்
ஆனந்தத்தைத் தேடித்தான்
அலைகிறீர்கள் நீங்களும்
அணைக்கப்படாத கைபேசியை
வைத்துக்கொண்டு.

பறத்தல்

மொட்டை மாடியில்
காய்ந்தது கோதுமை
கொத்தவரும் குருவியை விரட்ட
காவலிருந்தாள் காவ்யா
அவ்வப்போது சொல்லிக்கொண்டாள்
அம்மாவுக்கு உதவி செய்வதாக
வந்த குருவிகளை
வாயால் அதட்டி
வர எத்தனித்த குருவிகளைக்
கைவீசி எச்சரித்துத்
தன்னை நிரூபித்த காவ்யா
ஆக நினைக்கிறாள் போலீசாக
இப்பவே இத்தனை பொறுப்பா
எதிர்வீட்டு மாமியும்கூட
நெட்டி முறித்தாள்
ஏமாந்த குருவிகள் என்றேனும்
கோதுமைக்குப் பதிலாக
உன்னைக் கொத்திவிடுமென்று
சொல்லவே இல்லை
நான்.

விவாதம்

விவாதிக்கலாம் நண்பரே
வேறு எதுவும் வேலை இல்லை
நாட்டைச் சிந்திப்போம்
நடப்பதைப் பிதற்றுவோம்
ஒழியத்தான் வேண்டும் மது
உபத்திரம் தரும் ஊழலுக்குக்
கட்டுவோம் முடிவை
அந்நியச் செலாவணி
அண்டை தேசங்களின் ஊடுருவல்
ஸ்பெக்ட்ரத்திலிருந்து வியாபம் வரை
எத்தனையோ இருக்கிறது பேச
யார்தான் யோக்கியம்
எதற்கிந்த அறிக்கைப்போர்
கடவுளாலும் முடியாது
கல்வியைக் காப்பாற்ற
ஈழத்தமிழர்கள் செய்யக்கடவது
தலைக்கவசக் கெடுபிடி
தரிசான விவசாயம்
விவாதிக்கலாம் நண்பரே
வேறு எதுவும் வேலை இல்லை
விவாதிப்பதைத்தவிர
என்னசெய்துவிட முடியும்
நம்மால்?

இந்தி

காவ்யா பள்ளியில்
இந்தி கற்கிறாள்
உச்சரிப்பு சரியா என்று
ஒருபொழுதும் கேட்பதில்லை
மூன்றாவது மொழியாக
மூளையில் திணிக்க
ஆரம்பிக்கிறாள் அகர வரிசையை
நாளுக்கொரு வார்த்தையாக
வேகப்படுகிறாள் விரைய
ஏக் தோ தீனில்
எத்தனை மகிழ்ச்சி என்கிறாள்
மனைவியும்.
தாளமுத்து நடராசனை
தகவலாகக் கூட அவள்
கேட்டதில்லை
ஒருகாலத்தில் இந்தியால்
பட்ட பாடுகளை
விட்ட வாய்ப்புகளை
சொல்ல முயலுகையில்
யாதும் மொழியே என
எதிர்க்கிறாள் என்னை.
இப்போதும்
இந்திதான் பிரச்சனை
என் வீட்டிலும்

எளிதில் உணர்ச்சி வசப்படுபவர்கள்

எளிதில் உணர்ச்சிவசப்படுபவர்கள்
விரைவாகக் காதலித்து
அதைவிட விரைவாக விவாகரத்திற்கு
விண்ணப்பிக்கிறார்கள்

எளிதாக உணர்ச்சிவசப்படுபவர்கள்
எதற்கும் பொறுக்கமாட்டாமல்
அழுதுவிடுகிறார்கள் அல்லது
சிரித்துவிடுகிறார்கள்

எளிதில் உணர்ச்சிவசப்படுபவர்கள்
அவசரத்தில் கொலையோ
தற்கொலையோ செய்யத் துணிகிறார்கள்

எளிதில் உணர்ச்சிவசப்படுபவர்கள்
இலவசத்தை அறிவிப்பவர்களுக்கு
வாக்களிக்கிறார்கள்

எளிதில் உணர்ச்சிவசப்படுபவர்கள்
வாக்குறுதிகளை நம்பி
மோசம் போகிறார்கள்

எளிதில் உணர்ச்சிவசப்படுபவர்கள்
தங்களையும் தங்கள் உறவுகளையும்
நிர்க்கதியாக்கிவிடுகிறார்கள்

எளிதில் உணர்ச்சிவசப்படுபவர்கள்
கறுப்புப் பணத்தையும் ஊழலையும்
ஒழிக்கத் துடிக்கிறார்கள்

எளிதில் உணர்ச்சிவசப்படுபவர்கள்
நம்மைப்போலவே செய்வதறியாது
எதையாவது செய்துகொண்டிருக்கிறார்கள்.

வேகமாக முன்னேறுகிறவன்

வேகமாக முன்னேறுகிறவன்
வேறு எதையும் சிந்திப்பதில்லை
முன்னேறுவதிலும் வேகப்படுவதிலும்
குறியாயிருக்கிறான்

அவனுக்கு தர்மத்தின் மீது
கருணையில்லை
அவனுக்கு நேர்மைகளோடு பேச
நேரம் இருப்பதில்லை

உச்சிக்கு மேலேயும் போக
அவன் வியூகம் வகுக்கிறான்

தனக்குக் கீழே தோண்டப்படும்
பள்ளங்கள் குறித்தும் அவன்
பயப்படுவதில்லை

தாமதப்பட நேருமென்பதால்
கடந்த காலத்தை அவன்
திரும்பிப் பார்ப்பதே இல்லை

வேகமாக முன்னேறுகிறவன்
வேகமாகவே தனது பயணத்தையும்
முடித்துக்கொள்வது
தவிர்க்க முடியாதது

என்னையும் நீங்கள் மன்னிப்பதாகக் கூறுங்கள்

என்னை மன்னிப்பதன் மூலம்
நீங்கள் ஒருபடி மேலே ஏகலாம்

என்னை மன்னிப்பதன் மூலம்
நீங்கள் உங்களை மிகச்சரியானவராக
நிறுவிக்கொள்ளலாம்

என்னை மன்னிப்பதன் மூலம்
கருணை மிகுந்தவராக உங்களைக்
காட்டிக்கொள்ளலாம்

என்னை மன்னிப்பதன் மூலம்
ஒரு நாகரிகமான வாழ்வை
மேற்கொள்வதைப் போல
உங்களை நீங்களே
உருவகப்படுத்திக்கொள்ளலாம்

மன்னிப்பிற்குரிய குற்றங்களை
இனியும் நான் செய்யாதிருக்க
உங்கள் மன்னிப்பு உதவலாம்

செய்யப்படும் குற்றங்களுக்கு
அளவீடுகள் உண்டு
மன்னிப்பிற்கு ஏதும் இல்லை

தண்டனையைப்போல
மன்னிப்பிற்குச் சிறிது பெரிது என்னும்
வேறுபாடுகள் கிடையாது
மன்னிக்கக் கற்ற ஒருவர்
எல்லா தேர்விலும் வெற்றியடையலாம்

ஏன் மன்னிக்க வேண்டும்
என்பவராய் நீங்கள் இருப்பதுதான்
இவ்வுலகத்தில் மன்னிக்க முடியாத
குற்றம் என்பதால்

என்னையும் நீங்கள்
மன்னிப்பதாகக் கூறுங்கள்.

ஒன்றும் நடந்துவிடாது ஒத்துக்கொள்ளுங்கள்

உங்களில் சிலபேர்
உயர்த்திய கறுப்புக்கொடிகளைக்
கீழே போட்டுவிடுங்கள்

உங்களில் சிலபேர்
அரசுக்கும் ஆட்சிக்கும் எதிராகப்
பேசிவருவதை வாபஸ் பெறுங்கள்

கவலை உங்களுக்குப் புதிதில்லையே
பிறகேன் கவலைப்படுகிறீர்கள்

அணுக் கசிவினால்
எங்கெங்கு அழிவு ஏற்பட்டதெனப்
பட்டியல் வாசிக்காதீர்கள்

நீங்கள் காட்டிவரும் எதிர்ப்பினால்
நாடும் நாங்களும் இருண்டுவிடும்
அபாயமிருக்கிறது

கோஷமிடுவதைத் தவிர்த்துவிட்டு
எங்கள் மோசடியை வாழ்த்திப்பேச
கூட்டம் போடுங்கள்

எல்லோரும் ஒருநாள்
எய்தப்போவது இயற்கை என்பதால்
போராடுவதை விட்டுவிடுங்கள்

வல்லரசுகளின் வாஞ்சையினால்
உங்களுக்கு நேரப்போகும் உபாதைகளை
மனமுவந்து ஏற்றுக்கொள்ளுங்கள்

மருந்தை இலவசமாகத் தருகையில்
நோயை வாங்கிக்கொள்ளத்
தயங்குவதா

ஒன்றும் நடந்துவிடாது
ஒத்துக்கொள்ளுங்கள்

அடுப்புலைக்கே வழியற்ற நீங்கள்
அணு உலையைப் பற்றி ஏன்
பேசிக் கொண்டிருக்கிறீர்கள்

அதிகபட்சம் உங்களுக்கு
ஏற்படப்போவது மரணம் மட்டுமே
அதற்குப்போய் அச்சப்படலாமா?

(இடிந்தகரை)

கூட்டுவண்டி

கொம்பு நீண்ட செவலைகள்
கூட்டு வண்டியிலேக
பெரியமாமா கிளம்புவார்
பெரம்பலூர் சந்தைக்கு

போற வழிநெடுக
எம்.ஜி.ஆர் பாட்டுவரும்
கவிச்சி நெடியடிக்கும்
கண்சிமிட்டல் இடையிடையே

மூனுசீட்டில் விட்ட காசு
மூழ்கிவிட்ட சம்பா பயிர்
ஏலம்போன நகைநட்டு
எதிரியான சொந்தபந்தம்
எத்தனையோ கதையளப்பார்
இருமிக்கொண்டே புகைபிடிப்பார்

நடந்ததைச் சொல்லிச்சொல்லி
நாலுமைல் கடந்தபின்னே
கைநழுவிப் போன
காதலியை நினைத்தழுவார்

நுகத்தடியாய் அழுத்தும் அந்த
நினைவுகளில் மூழ்கியதும்
அச்சாணி இழந்துவிட்ட
வண்டியாக அவர் நொடிப்பார்
சாதி செய்த சூழ்ச்சி எண்ணி
சங்கடத்தில் நகங்கடிப்பார்

கூடாமல் போன ஆசை
கொல்லுவதைச் சொல்லாமல்
அத்தைக்குப் பூவாங்கி
அடிமடியில் முடிந்துவைப்பார்

பெரியமாமா பிரியமானவர்.

மேலே உள்ளவர்கள்

மேல் தளத்திலுள்ள கட்டில்
கிறீச்சிடும் சத்தத்தில்
எத்தனை நாளைக்குத்
தூங்காமலிருப்பாள் ஒரு விதவை?
கீழுக்கும் கீழே உள்ளவர்களை
யோசிக்க மறுப்பவர்கள்தான்
எப்போதுமிருக்கிறார்கள் மேலே

ஆறு

நெல்லுக்கே களஞ்சியமென்று
பெயரெடுத்த ஊர்தான்
சோத்துக்கு வழியில்லாத சோகத்தில்
லோடுலாரிகளில்
கொஞ்சம் கொஞ்சமாக
அனுப்பிக்கொண்டிருக்கிறது
ஆறுகளை

ஒப்புமை

போகன் சங்கரின் ஒரு கவிதை
கல்யாண்ஜியை ஒத்திருந்தது
சமீபத்தில் வாசித்த கு.உமாதேவியிடம்
காணக்கிடைத்தார்கள்
சுகிர்தராணியும் சே.பிருந்தாவும்.
லேசான மலையாள த்வனியை
கைவிடுவதேயில்லை சுகுமாரன்.
தேவதச்சன், யுவன், தேவதேவன்
பிரமிளின் பிரதம சீடர்கள் போல
எண்ணிக்கையிலும் உழைப்பதிலும்
மனுஷ்யபுத்திரனுக்கு மாற்று யாரோ?
சமயவேலும் சுயம்புலிங்கமும்
சமயம் கிடைக்கையிலெல்லாம்
சபாஷ்போட வைக்கிறார்கள்
விக்ரமாதித்யனை சி.மோகனை
வித்யாஷங்கரை விட்டுவிடுவது எளிதல்ல
அபிலாஷும் ஆத்மார்த்தியும்
அவ்வப்போது
பொட்டில் அறைகிறார்கள்
என்ன மாதிரியான புத்தியிது
ஒருவரில் இன்னொருவரைத் தேடுவது
அந்த இன்னொருவரில்
இன்னும் இன்னும்
ஒருவரைத் தேடுவது?

வேலை

ஆற்றுப்படுகைகளில்
அடுக்ககங்கள் வந்தபின்பே கிடைத்தது
சிவனாண்டி சித்தப்பாவுக்கு
செக்யூரிட்டி வேலை

ஒருவர் கைதாகும்போது ஏன் சிரிக்கிறார்

எல்லோரையும் ஏன்
அழவைத்தேன் என்பதற்கான
பதிலாகவோ

உங்களிடமிருந்து என்னால்
அபகரிக்கப்பட்ட சிரிப்பு
இப்படியானதா எனக் கேட்பதாகவோ

இந்த நேரத்திலும் நான்
உண்மைக்குப் புறம்பானவனே என்பதைச்
சொல்வதாகவோ

உள்ளே உள்ள நடுக்கம்
வெளிப்படாதிருக்கவோ

எதையும் எதிர்கொள்ளும்
வீரதீர சூரனாக அறிவிக்கும் முயற்சியாகவோ
அச்சிரிப்பை அர்த்தப்படுத்திக்
கொள்ளலாம்

கைதாகும் போதே இப்படிச்
சிரிக்கிறார் என்றால் அவர்
கைதிற்கு முன்னால் எப்படியெல்லாம்
சிரித்திருப்பார்

அவர் சிரிப்பதன் மூலம்
கைது நடவடிக்கையை
நகைச்சுவையாக்க முயல்கிறார்

அவருடைய சிரிப்பிலிருந்து நாம்
உணரவேண்டியது ஒன்றுதான்
அவர் சிக்கலான இக்கட்டிலிருக்கிறார்

சிரித்தால் கவலை போகும் என்பதைச்
சிந்திக்கத் தொடங்கியிருக்கிறார்
அல்லது

சிரிப்பாய்ச் சிரிக்க
ஒத்திகை பார்க்கிறார்.

வீட்டைப் புரிந்துகொள்வது

வீட்டைப் புரிந்துகொள்வது
வீடு உங்களைப் புரிந்துகொள்வதைவிட
சிக்கலானது

உங்களை அதுவும்
அதனை நீங்களும் புரிந்துகொள்வது
எளிய காரியமில்லை

உங்கள் சம்பாத்தியத்தை
உங்களுக்குத் தெரியாமல் அது
கபளீகரம் செய்கிறது

உங்கள் தேவைகளை
உங்களுடைய ஆசைகளை அது
ஒருபோதும் கேட்பதில்லை

வெள்ளையடித்த சுவர்களில்
அவசியமில்லாத ஒட்டடைகளைச்
சேர்த்துக்கொள்கிறது

நாள் தவறாமல்
தரையையும் பாத்திரங்களையும்
கழுவ நிர்ப்பந்திக்கிறது

விருந்தாளிகளை
உபசரிக்கச் சொல்கிறது

தன்னுடைய அகண்ட வாயினால்
உங்களுடைய பெருவாழ்வையே
விழுங்கி விடுகிறது

நீங்கள் சும்மா இருப்பதை
அது விரும்புவதில்லை
எங்கேயாவது போகச்சொல்லி
விரட்டுகிறது

ஒரு கட்டத்தில் வீடு
உங்களை சகல பாவங்களையும்
செய்யத் தூண்டுகிறது

வீட்டில் வாழ்வதை விடுத்து
வீட்டுக்காக வாழ் என்கிறது

வீட்டைவிட்டு வெளியேறாமல்
புத்தனாக முடியாது.

மகா காவியம்

குற்றத்தில் தொடங்கி
குற்றத்தில் முடியப்போகும்
ஒரு மகா காவியத்தை நான்
எழுதிக்கொண்டிருக்கிறேன்

அக்காவியத்தில்
சில கதாபாத்திரங்கள்
தங்கள் இயலாமையால் நம்மைப்போல்
எதுவும் செய்ய முடியாதவர்கள்

அக்காவியத்தின்
பிரதான பாத்திரங்கள், அதாவது
ஆட்சி அதிகாரங்களைக் கொண்டவர்கள்
மக்களைச் சுரண்டவும்
மக்களை ஏமாற்றவும்
பழகியவர்களாய் இருக்கிறார்கள்

அக்காவியத்தில்
தேசம் இருண்டு போனதற்கான
அத்தாட்சிகள் அநேகமுண்டு

அக்காவியத்திலும்
ஊழல் செய்பவர்களை
பொறுப்புமிக்க பதவிகளுக்கு
மக்கள் தேர்ந்தெடுக்கிறார்கள்

மாகாண மன்றங்களில்
நாக்கைத் துருத்தும் வாக்குவாதங்களும்
கழற்றிவிடப்படும் கர்ம காரியங்களும்
காவியத்தின் திருப்பங்களாக
அமைந்திருக்கின்றன

அக்காவியத்தின்
தவிர்க்கமுடியாத சிறப்பம்சம் என்னவெனில்
அது எல்லா காலத்திற்கும்
பொருந்தக்கூடியது

குற்றத்தில் தொடங்கி
குற்றத்தில் முடியும் அக்காவியத்திற்கு
இந்தியா எனப் பெயர் வைத்திருக்கிறேன்

முன்னாள் சொற்கள்

தொலைபேசியைத் துண்டிக்க
நீ உதிர்த்த கடைசிச் சொல்லுக்குப் பின்
நான் உறங்கவே இல்லை

எல்லோருக்கும் வாய்ப்பதில்லை
சொற்களைக் கையாளும்
தேர்ந்த ஆற்றல்

வீசியதே திரும்பவருமென்றும்
நம்புவதற்கில்லை

எதிர்பாராத் தருணத்தில்
நம்மை வீழ்த்திவிடும் அபாயம்
சொற்களுக்கு உண்டு

சொற்களின் கனத்தைத்
தாங்கமுடியாமல் நம்மில் பலர்
சுயசாவைத் தேடிக்கொண்டனர்

சொற்களின் வீரியத்தில்
நம்முடைய கற்பு
சூறையாடப்பட்டிருக்கிறது

சொற்களைச் சொற்களாகவே
கேட்டுக்கொண்டிருக்கும் சமூகம்
எந்தக் கோடுகளையும்
தாண்டுவதில்லை

சொற்களிடம் வசப்பட்டு
சொற்களாலேயே முடிந்துபோன
வரலாறு நம்முடையது.

இன்றைய ராசிபலன்

பிரதமர் இரண்டாமிடத்திலிருந்து
ஒன்பதாமிடத்திற்குத் தள்ளப்பட்டதால்

நீங்கள் சில்லறை வியாபாரிகளிடம்
பொருட்களை வாங்கும்
வாய்ப்பை இழந்துவிட்டீர்கள்

ஆறாமிடத்தில் இருந்த
நிதி நிர்வாகம் சட்டஒழுங்கு வேளாண்மை
இருந்த இடத்தைவிட்டுக்
காணாமல் போய்விட்டதால்

உங்கள் வாழ்க்கைக்கான உத்தரவாதம்
உங்கள் கையில் இல்லை

மூன்றாமிடத்திலிருந்த
நதிநீர்ப் பங்கீடு மற்றும் மாநில உரிமைகள்
ஜாதகக் கட்டத்திலிருந்து
அபாயக் கட்டத்தை நெருங்கிவிட்டதால்

உங்களுக்குள் அடிதடியோ
வெட்டுக்குத்தோ கலவரமோ வரலாம்
மொத்தத்தில்
எந்தப் பெயர்ச்சியாலும்
சரி செய்ய இயலாத விநோதச் சூழல்
உங்களைச் சூழ்ந்துவிட்டது.

பரிகாரத்தாலோ தாயத்தினாலோ
நீங்கள் காப்பாற்றப்படப் போவதில்லை

வழக்கம்போல உங்களுடைய
இன்றைய ராசிபலனும் அதிவிரைவில்
சாகப்போகிறீர்கள் என்றே
சொல்கிறது.

வேடிக்கை பார்த்துப் பழகிவிட்டோம்

அம்புலியைக்காட்டி
அம்மா ஊட்டிய முதல் கவளச்
சோற்றிலிருந்து பார்த்துப் பழகினோம்
வேடிக்கையை

பராக்கு பார்த்தபடியே
அப்பாவின் கைபிடித்த நடையிலும்
வேடிக்கையைப் பழகினோம்

ஸ்நேகிதனோடு சுவரொட்டியை
இடைவெளியின்றி தொலைக்காட்சியை
என சதா தொடர்ந்தன
நம் வேடிக்கை

நம்மை யாரோ பார்ப்பதும்
நாம் பிறரைப் பார்ப்பதும்கூட
இயல்பென்று ஆகிவிட

விபத்தை பார்ப்பது போலவே
இன்னொருவரின் குளியலறையையும்
அவரறியா தருணத்தில் வேடிக்கையாக
எட்டிப்பார்க்கிறோம்

வேடிக்கைப் பார்த்துப் பழகிப்போனதால்
வேடிக்கையாக மட்டுமே
பார்த்துக்கொண்டிருக்கிறோம்
எல்லா அநியாயங்களையும்.

அடுக்கக வாழ்க்கை

விடிவதற்குள் விழித்தெழுந்து
கோலமிட வேண்டியதில்லை

செடிகளுக்கு நீர்ப்பாய்ச்சி
பராமரிக்கும் வேலையை யாருக்காவது
தந்துவிடலாம்

பக்கத்து வீட்டு அக்காக்களின்
பரிதாபக் கதைகளால்
செவிகள் காயப்படாது

அம்மா... எனக் கேவும்
பிச்சைகாரர்களுக்கு பழைய சோற்றையோ
சில்லறைக் காசுகளையோ
தானம் இடுவதிலிருந்து
தப்பிக்கலாம்

பூம்பூம் மாட்டுக்காரன்
குறி சொல்லி நம்மைக் குழப்பத்தில்
ஆழ்த்த மாட்டான்

பால்கார பெரியண்ணனின்
சைக்கிள் மணி சத்தத்திற்கு
அடித்துக்கொண்டு ஓடத் தேவையில்லை

யார் வீட்டுக்கோ விலாசம் கேட்பவருக்கு
நின்று பதிலளிக்கும்
அவசியம் நிகழாது

மனித வாடையைத் தவிர்க்கலாம்
தனித்திருக்கலாம்
அழைப்பு மணிக்கு மட்டும்
கதவைத் திறந்தால் போதும்

சொந்தங்கள் வந்தாலும்
இரண்டொரு நாளில் ஊருக்குக்
கிளம்பிவிடுவார்கள்

கோழிச் சண்டையோ
குழாயடிச் சண்டையோ வராது

பாதங்கள் தரையில் பாவாத
கால் நகங்களில் அழுக்கேறாத
சவத்திற்கு ஒப்பான
ஒரு வாழ்வை மேற்கொள்ள

அடுக்கக வாழ்க்கை
அற்புத வாழ்க்கை.

கள்ள மவ்னம்

1.
இனதுவேஷிகளின் கள்ள மவ்னத்தால்
அந்த அதிபயங்கர இறுதிப்போர்
நிறுத்தப்படாமல் நிகழ்ந்தது

அப்பாவிகள் கொல்லப்பட்டனர்
ஆயுதந்தாங்கிகள் குற்றவாளிகளாகக்
காட்டப்பட்டனர்

ஆடுகள் மாடுகள் மரங்கள் வீடுகள்
கோயில்கள் பாடசாலைகள் யாவும்
குண்டுகளுக்கு இரையாயின

ஒரு தலைவனின் கள்ள மவ்னம்
ஒரு இனத்தையே அழித்துவிடும் எனில்
அதே கள்ள மவ்னத்தைக் கொண்டு
மக்கள், அத் தலைவனை தோற்கடிக்காமலா
போவார்கள்?

2.
ஆபாசப்படங்களைப் பார்கையில்
ஆண்களும் பெண்களும் மேற்கொள்ளும்
கள்ள மவ்னத்தை
எப்படிப் புரிந்து கொள்வது?

3.
ஏமாளி ஒருவன் விழித்துக்கொண்டு
முதலாளியிடம் கேள்வி கேட்கையில்
அந்த முதலாளியின் கள்ள மவ்னம்
ஏமாளியை மீண்டும் ஏமாளியாக்கும்
தந்திரத்தைத் தொடங்குகிறது

4.
தன்னுடைய
கணவனுக்கோ மனைவிக்கோ
துரோகமிழைக்கும் அந்த இருவர்
தங்களுடைய காமத்தைக் கள்ள மவ்னத்தால்
தொடரவே விரும்புகிறார்கள்

5.
குடிச்சியிருக்கியாப்பா என
மகன் கேட்கையில்
அக்கேள்விக்கான பதிலை
கள்ள மவ்னத்தால்
கடந்துவிடும் அப்பாக்களை

மகள்கள் கொட்டுவதில்லை
மனைவிகள் திட்டுவதில்லை

6.
இப்படி யாராவது செய்வார்களா
மொய்ப் பணத்தைத் திருடிவிட்ட பங்காளியை
ஊர் மத்தியில் விசாரிகையில்
அவனுடைய கள்ள மவ்னம்

எல்லாப் பணக்கார உறவுகளையும்
செருப்பால் அடிக்கிறது

7.
காதலில் ஊடாடடும்
கள்ள மவ்னத்தைக் கூச்சம் வெட்கம் எனப்
புரிந்து கொள்ளலாமா

8.
நேர்மை பேசும் நாக்குகள்
நேர் முரணாகும் தருணத்தில்
மவ்னம் கள்ளத்தையும்
கள்ளம் மவ்னத்தையும்
கலந்துவிடுகிறது

9.
கள்ள மவ்னத்திற்கு ஈடாக
எதையுமே சொல்ல முடியாது

பக்தனை பூசாரியை மட்டுமல்ல
தன்னுடைய இருப்பையும் கூட
காப்பாற்றிக் கொள்ளக் கடவுளுக்கும்
தேவைப்படுவது கள்ள மவ்னமே

10.
பிணங்கிக்கொண்டு பேசாதிருக்கையில்
கள்ள மவ்னம், நம்முடைய
கோபத்தை தீவிரமாக்குகிறது அல்லது
அவ்வாறு வெளிப்படுத்துகிறது

கள்ளத்தில் இருந்தும்
மவ்னத்தில் இருந்தும் நாம்
கரையேறாவிட்டால் காலம் நம்மைக்
கண்டு கொள்ளாது

11.
நமக்கு முன்னே நடத்தப்பட்ட போர்
அதனால் இழந்த அமைதி
அதுதந்த ஆன்ம வலி
எதிர்க்கவும் தடுக்கவும் இயலாத நிலை

ஒரு நாடு வல்லரசாக
எத்தனை கள்ள மவ்னத்தை
கறாராகக் கையாள்கிறது பார்த்தீர்களா

12.
கள்ள மவ்னத்தால் ஒரு மொழியை
கள்ள மவ்னத்தால் ஒரு பண்பாட்டை
ஏற்றுக்கொள்ள வேண்டும் என
பாசிசம் நிர்ப்பந்திக்கிறது

விடாப்பிடியான
விழிப்போடு இல்லை எனில்
இந்தக் கள்ள மவ்னங்கள் நம்மை மிதித்து
மேலேறிப் போய்விடும்

நாய்போல் ஊளையிடாமல்
நரிபோல் கள்ள மவ்னத்தால் நம்மைக்
காவு கொள்ளும் சர்வாதிகாரிகளை
நீங்கள் அறியலாம்
காவி உடையிலோ
கதர் உடையிலோ.

குட்டிக்கரணமடிப்பது குறித்து

குட்டிக்கரணமடிப்பது
குரங்கிடமிருந்து நமக்குத் தொற்றியதாகச்
சொல்லப்படும் தகவலை
குரங்குகள் மறுக்கின்றன

கிளைக்குக் கிளை தாவும் குரங்குகள்
பதினாறாவது கட்சிக்குத் தாவிய
பிரமுகரைப் பரிதாபத்தோடு பார்க்கின்றன

செங்குத்தாகவும் தலைகீழாவும்
வளையவரும் அவை
நாடாளுமன்ற மசோதா விவகாரங்களை
நாள்கணக்கில் விவாதிக்கின்றன

இன்னும் இவர்கள்
வளரவே இல்லை என்ற முழக்கத்துடன்
குரங்குகள் கூடி மைதானங்களில்
உண்ணாவிரதமிருக்க முடிவெடுத்துள்ளன

வித்தை காட்டுவது, குப்புறக் கவிழ்வது
சட்டென மாறுவது போன்ற செயல்களில்
தங்களைவிட அரசியல் கட்சிகள்
தேர்ந்துவிட்டதாக அறிக்கை விடுகின்றன

மனிதர்களைவிட தாங்கள்
எவ்விதத்திலும் குறைச்சல் இல்லையென்று
அணையை உடைப்பது பற்றியும்
அணையின் கட்டமைப்பு பற்றியும்
கருத்துரைக்கத் தொடங்கிவிட்டன

தங்கள் பெயரையும்
வாக்காளர் பட்டியலில் சேர்க்கச் சொல்லி
காலவரையற்ற கடுப்பில் இருக்கின்றன.

உணவகம்

01.
அசைவ உணவகத்தில்
எக்ஸ்ட்ரா வாங்காதவன்
தலித்தாக நடத்தப்படுவான்

மெல்லிய போதையோடு
வருகிறவர்களுக்கு
ராஜமரியாதை

ஒரே ஒரு ஆம்லெட் என்றதும்
முகம் சுருங்கி
யாருக்கோ வைப்பதுபோல
வைத்துவிட்டுப் போகிறவனுக்குத்
தெரியாது

நான் வேறொரு உணவகத்தில்
கோப்பை கழுவுபவனென்று.

02.
கையேந்தி பவனிலிருந்து
காஸ்ட்லி உணவகம்வரை
நல்லதைத் தீர்மானிப்பது
நாக்குதான்

வாக்கு மாறினாலும்
நாக்கு மாறுவதில்லை

நாக்கை வைத்துத்தான்
நடக்கின்றன
உணவகமும் அரசியலும்.

03.
இருட்டாகவும்
தொங்குகிற விளக்கோடும்
ஒளிருகிற
நட்சத்திர உணவகத்தில்

எதை எதையோ கேட்கிறார்கள்
நுனி நாக்கு ஆங்கிலத்தில்

முதல் தலைமுறையில்
படித்த ஒருவன்
தனது மூதாதையரைத்
திட்டத் தொடங்குகிறான்
கெட்ட வார்த்தையில்.

காலத்தின் அருமைகருதி

காலத்தின் அருமைகருதி
தங்களைச்
சமூகக் காவலர்களாகக் கருதிக்கொள்பவர்கள்
தத்தமது ஊர்களுக்குக் கிளம்ப வேண்டிய
தருணம் வந்துவிட்டது

தங்களுக்கு வாய்த்த
அத்தனை சந்தர்ப்பங்களையும் அவர்கள்
தவறவிட்டுவிட்டார்கள்

திரும்பத் திரும்பத்
தலைவர்களாக இருப்பது பற்றி மட்டுமே
அவர்கள் சிந்தித்தபடியால்
அவர்களால் வேறு எதையுமே
செய்ய முடியவில்லை

கிடைத்த ஒவ்வொரு வாய்ப்பையும்
பதவியைக் காத்துக்கொள்வதிலும்
பணத்தைச் சேர்த்துக்கொள்வதிலும்
செலவிட்டபடியால்
வரலாறு அவர்களைக் கணக்கிலிருந்து
கழித்துவிட்டது

ஆயுதமில்லாமல் அவர்களால்
மக்கள் தாக்கப்பட்டிருக்கிறார்கள்
அபாண்டமாக அவர்களால்
அபலைகள் வஞ்சிக்கப்பட்டிருக்கிறார்கள்

சாதியை வளர்ப்பதற்கும்
சர்க்காரை வளைப்பதற்கும்
விநோத நடைமுறைகளை
ஒரு ஜேப்படி
திருடனைப்போலச் செய்திருக்கிறார்கள்

தமக்குச் சாதகமானத் தீர்ப்புரைகளை
வழங்க மறுத்த குற்றத்திற்காக
நேர்மையான
நீதிபதிகள் கொல்லப்பட்டிருக்கிறார்கள்

குளங்களை ஆறுகளைத் தூர்த்து
தங்களது தூரத்து உறவினர்களுக்குக்
கிரயம் செய்து கொடுத்திருக்கிறார்கள்

தங்களை நம்பியவர்களுக்கு அவர்கள்
ஒரு சொட்டுக்கண்ணீரைக் கூடச் சிந்தாததால்
அவர்களுக்காக மக்கள்
கலங்குவதைக் கண்டிப்பாக தவிர்ப்பார்கள்

தங்களுக்குப் பிறகு யார் தலைவர் என்னும்
கவலையிலேயே அவர்கள் இருப்பதால்
தொண்டர்கள் அவர்களைப்பற்றி
ஒருபோதும் கவலைப்படப் போவதில்லை

தங்களுக்குப் பயன்படாமல்
தங்களைப்
பயன்படுத்திக்கொண்ட தலைவர்களின்
சொத்துக்களையும் சுகபோகங்களையும்
சூறையாட வேண்டும் என மக்கள்
சொல்லத் தொடங்கிவிட்டார்கள்

அரசியலைச் சாக்கடை என்றவர்கள் கூட
விஷக்கிருமியான தலைவர்களை
வீட்டுக்கு அனுப்ப விரும்புகிறார்கள்

பாதிக்கு மேலானவர்கள்
விழித்துக்கொண்டதால், தங்களைச்
சமுதாயக் காவலர்களாகக் கருதுகிறவர்கள்
நிரந்தர உறக்கத்தை நெருங்குவது நல்லது

தற்போது எழுந்துவிட்ட மக்கள் முன்னால்
அவர்கள் மண்டியிட்டு மன்றாடுவதைத் தவிர
வேறு வழியில்லை

காலத்தின் அருமைகருதி
மக்கள் அவர்களுக்கு வழங்கிவந்த
நன்கொடையைப்போல
மரணத்தையும் தருவார்கள்.

நவீன ஆத்திசூடி

காட்டில் புழங்கியவன்
செடிகளை நடுவதில்லை

உதவாதவர்கள்
இந்த உலகத்தில் இல்லவே இல்லை

கொல்லத் துணியாதவனின் கோபம்
ஊனமுடையது

திட்டமிட்டு வாழ்பவனுக்கும்
மாதக் கடைசி உண்டு

நிறைவாகச் செய்ய எண்ணுகிறவன்
நிறைய செய்வதில்லை

ஒரு இடத்தை விட்டு
ஒரே அடியாகப் பிரிய நேர்கையில்
அழாமல் இருந்தால் ஆச்சரியம்

வாங்கிய அடியைக் கணக்குவைத்தால்
அடி வாங்குவதில் இருந்து
மீளமுடியாது

தனியாய் இருக்கும்போதாவது
உண்மையோடிருக்கலாம்

நீடித்திருக்க முடியும் எனில்
எதிர் நீச்சல் தேவையே இல்லை

நேற்றும் இதே நிலவென்பவன்
தேயத் தொடங்குகிறான்

ஆண்மையற்றவனால்தான்
குழந்தைகளை பலாத்காரம்
செய்ய முடியும்

உதவியை உருக்குலைக்க
நன்றி எனும்சொல்
உதவுகிறது

வேறு யோசனைகளில் மூழ்குவது
காத்திருப்பாகாது

என்னைவிட ஒரு நல்லவரை
எப்பவும் சந்தித்துக்கொண்டுதான்
இருக்கிறேன்

பக்கத்தில் இருப்பவரைப்
பார்க்கத் தொடங்கினால்
தூரத்தில் இருப்பவனும் தெரிவான்

சரியான காதலர்கள் இன்னும்
சந்திக்கவே இல்லை

காலத்திற்கேற்ப
நகரத் தொடங்கினால்
காலம் நகராது

நினைவில் தங்காதது
புத்தகமே அல்ல

சாதுர்யம் இல்லாதவன்
இருக்கையிலிருந்து
இறக்கப்படுவான்

எண்ணிக்கையிலிருந்து விடுபடாமல்
தனியே தெரிவது சாத்தியமில்லை

வறுமையை வெல்வதே
வாழ்க்கையாகிவிடுகிறது

காரணங்கள் இருக்கக் கூடுமெனில்
தாமதமாகவும் வரலாம்

பிடித்தவர்களிடம்
சண்டையிடாதிருந்தால்
பிடித்ததற்குப் பொருளே இல்லை

வேடிக்கை மட்டுமே பார்ப்பவன்
ஒருபோதும் வேட்டையாட
முடியாது

எந்த இடத்திலும்
விட்டுக்கொடுப்பது
எல்லா இடத்தையும் தரும்

கொடுத்து வாங்கும் ஒன்றைக்
கொடுக்காமல் வாங்கக்கூடாது

முற்றும் உணர்வது
முட்டாள்தனம்

காவலிருப்பவனுக்குத்
தானியம் சொந்தமில்லை

அன்புக்கு மேலானவை
அன்புக்குத் தேவையில்லை

அண்ணாந்து பார்க்க
எண்ணாததே
ஆகாயம்

உடலைக்காட்டிலும் நினைவுகளுக்கு
எடை அதிகம்

துக்கங்கள் அத்தனையும்
பின்னொருநாளில் செய்தியாகிவிடுகிறது
புனித நதியையும்
முதலில் கால்தான் தொடுகிறது

மறந்தே விடுகிறோம் அல்லது
மறந்ததாக நடிக்கிறோம்

எல்லாமுமாக இருக்கத் துணிந்து
எதுவுமே இல்லாமல் போவது
ஸ்நேகம்

தெரியாமல் கிடைக்கும் இன்பம்
தெரிவதில் இல்லை

கண்விழிக்கும் போது
கனவுகள் தூங்கப் போய்விடுகின்றன

ஒருவருடைய களங்கம்
அவருடைய புகழால்
அதிகமாகிறது.

ராஜாவும் ராணியும்

ராஜாவும் ராணியும்
விளையாடிக்கொண்டிருக்கிறார்கள்

அவர்கள்
விளையாடுவதை ரசிப்பதற்காக
மந்திரிகளும் அவை முன்னவரும்
காத்திருக்கின்றனர்

அவர்களை உற்சாகப்படுத்தி
மேலும் மேலும் விளையாடுவதற்குத்
தூண்டுகிறார்கள்

அவர்கள் விளையாட்டில்
மெய்மறந்து தங்கள் கடமைகளை
மறந்துவிடுகிறார்கள்

அவர்கள் இருவரில்
யார் வெல்லப்போகிறார்கள் எனவும்
பந்தயம் கட்டுகிறார்கள்

அதிகாரிகளும் ஆட்சித் தலைவர்களும்
அவர்கள் விளையாட்டைக் காணும் ஆவலில்
புள்ளிவிபரங்களைத் தவறவிடுகிறார்கள்
பெரும்புலவர்கள் கவிதை யாக்கிறார்கள்

அவர்கள் விளையாட்டுக்குத் தேவையான
உப காரியங்களில் சேவகர்கள்
ஈடுபடுகிறார்கள்

ஆளவேண்டிய ராஜாவும் ராணியும்
விளையாடிக்கொண்டிருப்பதால்
நீதியும் விசாரணையும்
தோற்றுக்கொண்டிருக்கின்றன

ராஜா வென்றுவிட்டால்
இன்னொரு ராணியைத் தேர்ந்தெடுப்பார்

ராணி வெல்ல நேர்ந்தால்
இப்போதைய ராஜாவைத் தூக்கிலிடுவார்

ராஜாவும் ராணியும்
விளையாடிக்கொண்டிருக்கிறார்கள்
மக்கள் விசில் ஊதுகிறார்கள்.

கரகாட்டக்காரி

ஆடுகிறாள் அம்பலத்தில்
ஆதிசிவன் சிரிப்போடு
காலக் கயிறுகள்
சுழற்றுகிற பம்பரம் போல்

தலைக்கு மேலிருக்கும்
பித்தளைப் பூங்கரகம்
இடுப்புப் பாவாடையோ
பிழைப்பு ராட்டினம்

மேடையில்லாச் சேரிகளின்
மேல் நின்று ஆடுகிறாள்
கோவிலில்லாச் சாமிகளின்
கொடை நாளைக் கௌரவிக்க

வாணி ஒழுக ஒழுக
வந்து நிற்கும் பெருசுகளின்
கோணல் பார்வைக்குக்
கொடுக்கிறாள் சவுக்கடியை

நையாண்டி மேளங்கள்
நட்டென்று ஒலிஎழுப்ப
சலங்கை சிரிக்கிறது
சாவு வீட்டு முற்றத்தில்

வேர்வை வருவதற்குள்
விடைபெறும் பரதத்தை
வேர்வை வழிய வழிய
விரட்டுகிறாள் கோபத்துடன்

இஞ்சி இடையழகு
இங்குண்டு பாரெனக்
கொஞ்சி அழைக்கிறாள்
குடிகாரக் கூட்டத்தை

ஏங்கி அழுவதில்லை
இவளுடைய சிருங்காரம்
நாங்கள் ஒசத்தியென்று
நடிப்பதில்லை ஒருநாளும்

வெட்ட வெளி மீது
வெறியோடு ஆடுகிறாள்
பட்ட துயர் தீர
பசியோடும் ஆடுகிறாள்

அவிழுமா கொக்கியென
ஆடவர் பார்த்திருக்க
கிடைக்குமா பத்து ரூபாய்
கேட்கிறது இவள் ரவிக்கை.

போஸ்டர் ஒட்டுபவன்

ஊரடங்கும் நள்ளிரவில்
ஒட்டுகிறான் சுவரொட்டி
தான் மட்டும் உறங்காத
தகவலையும் தெரிவிக்க

நட்டநடுநிசிப் பொழுதில்
நடமாடும் பேய் போல

ஒட்டுகிறான் காகிதத்தை
ஒவ்வொருவரும் பார்ப்பதற்கு

திக்கேதும் தெரியாமல்
திணறுகின்ற தன் வாழ்வை
முக்குச் சந்துகளில்
மூச்சுமுட்ட ஒட்டுகிறான்

ஊரோடு 'ஒட்டி வாழ்தல்'
உயர்வெனும் தத்துவத்தை
ராவோடு ராவாக
நடைமுறைப் படுத்துகிறான்

வெட்டிக் கதைபேச
விழாவெடுக்கும் மனிதர்களின்
கட்டளைக்கு அடிபணிந்து
கஷ்டத்தை ஒட்டுகிறான்

நீச்சல் உடையணிந்த
நிர்வாண அழகிகளை
கூச்சம் ஏதுமின்றி
கொஞ்சிடாமல் ஒட்டுகிறான்

இன்றோடு கடைசியெனத்
துன்பத்தை நினைத்தவாறு
அன்றாடம் ஒட்டுகிறான்
அகலாதக் கனவோடு

ஒட்டாமல் இருப்பவர்கள்
உலவுகின்ற வீதிகளில்
ஒட்டுவதால் இருக்கின்றான்
உண்மைகளைக் கிழிக்கின்றான்

இண்டு இடுக்கெல்லாம்
இருக்குமிவன் கைரேகை
கண்டு செல்பவர்கள்
காண்பதில்லை கண்ணீரை.

மீன்காரி

மீனை நாம் உண்கிறோம்
மீனால் இவள் உண்கிறாள்
என்பது போன்ற
நாலாந்தர முரண்களில்
அளக்கக் கூடாது இவளை

குடலைப் புரட்டுகிற நாற்றத்தில்
குடலுக்காக உழைக்கிறாள்
எனவும்

வாழ்வுச் சிலாம்புகளால்
குத்திக் கிழிபடும் துர்நிகழ்வைப்
பட்டியலிட்டு
மேலும் மேலும் ஈனப் பிறவியாய்
பாவிக்கக் கூடாது

வேறு என்னதான்
இவளைப்பற்றிச் சொல்வது

தொண்டையில் சிக்கிய
முள்ளைவிடவும் சிக்கலானது

எடைவைத்து நிறுக்கும்
தராசின் நடு முள்ளைத்
தாண்டியும் கூரானது

மலரோடிருக்கும் முள்ளுக்கு
ஏற்பட்டிருக்கும் கிராக்கி
இவளுடைய மீன்முள்ளுக்கில்லை

ஆழிப் பேரலைக்கப்பால் யாரும்
விசாரிக்கத் தவறுவதில்லை
மீனோடு இவளையும்

தண்ணீரில்
முட்டையிடுகிறது மீன்
கண்ணீரில்
குஞ்சு பொரிக்கிறாள் இவள்.

துணை நடிகை

அவ்வப்போது செய்திகளில்
அழகியாகி விடுகிறவள்
அவமானம் பொறுக்காமல்
அழுதுவிழி கருகுபவள்

குத்துகின்ற ஆசைகளைக்
கொஞ்சம் போலச் சிந்துபவள்
செத்தொழிய மாட்டாமல்
சிறுகச் சிறுகப் பிந்துபவள்

தங்கையாய் இவள் நடித்தால்
கற்பழிப்புக் காட்சிவரும்
வில்லன் விரட்டுகையில்
விழவேண்டும் முட்புதரில்

சிணுங்கும் நாயகியின்
சிறப்புகளை ஓதுதற்குப்
போகவேண்டும் நடிகனிடம்
பொறுப்புமிக்கத் தோழியாக

இவள் வீட்டுப் பாத்திரத்தில்
சிலநாளே சுடுசோறு
என்றாலும் நடிக்கின்றாள்
திரைப்படத்தில் பலவாறு

பந்தயக் குதிரையாகும்
பாக்கியத்தை விட்டதனால்
சந்தடி ஏதுமின்றி
சருகாக உதிருகிறாள்

தரமான தவறுகளே
வருமானம் என்றாகப்
பொழுதெல்லாம் பூசுகிறாள்
கலையாத அரிதாரம்

இதற்குத்தான் ஆடுகிறேன்
என்பது போல் இடையாடும்
மறைப்பதற்குத் துணியிருந்தும்
ரசிக மனம் களவாடும்

வயிற்றுக்கு மிக நெருங்கி
வருகின்ற காமிராவில்
தெரியாது இவள் பசியும்
தெய்வத்தின் வஞ்சகமும்.

பூக்காரி

கற்றது கையளவு
என்பதிவள் கோட்பாடு
வற்றிய முகத்தோடு
வாழ்ந்துவரும் பூக்காடு

காம்புகிள்ளி காம்புகிள்ளி
காய்த்துப்போன கைவிரலைச்
சோம்பல் நாரெடுத்து
சொடக்கிற்குள் முடிந்து வைப்பாள்

ஆலய வாசல் முன்பே
அனுதினம் இருந்தாலும்
சாமிகள் இவளுடைய
சங்கடத்தைத் தீர்ப்பதில்லை

வெகுவான வாசனையை
வீடுவீடாகக் கொடுத்துவிட்டு
சாராய நெடியடிக்கும்
புருஷனிடம் சரணடைவாள்

வாங்குபவள் கை பார்க்க
வழங்குபவன் இடை பார்க்க
ஏங்கிடும் இவள் முகத்தை
யாருமே பார்ப்பதில்லை

முல்லைப்பூ வாங்க வரும்
முப்பது வயதுக்காரன்
சில்லறை தருவது போல்
சிலசமயம் விரலுரச

கல்லறைப் பூவாவாள்
கவலைக்குத் தாயாவாள்
தொல்லைதான் என்றாலும்
தொடருவாள் மறுபடியும்

எந்தப் பூ உதிராதென
என்றுமிவள் சொன்னதில்லை
வந்துபோகும் காதலரை
வாய்மலர வம்பிழுப்பாள்

வகைக்கொரு பூப்பறித்து
வருபவர்க்குக் கொடுத்தாலும்
இவளுக்கு இதுவரைக்கும்
எவருமில்லை பூக் கொடுக்க.

ரோடு ரோலர் டிரைவர்

முன்னும் பின்னுமாக
இவன் கடந்த தூரம்
மிக மிகச் சொற்பம்
அல்லது கணக்கில் வராதது

ரோலர் ஓட்டுபவரின்
இதயம் போல இயங்கவேண்டும்
அரசாங்கம்
முன்னதில் தெளிவும்
பின்னதில் பதிவும்

எல்லாச் சாலையும்
ரோமை அடையுமா? தெரியாது
ரோலரை அடைந்தே தீரும்

ஆலையிட்ட கரும்பென
ஆக்கிய உவமையை, இனி
ரோலரிட்ட எறும்பென
கூறுதல் நவீனம்

ரோலர் ஓட்டுபவன்
கடந்த காலத்தின் மனசாட்சி
சேவைகளும் தியாகங்களும்
தெரியாமல் போவதனால்

விரைவு வாகனங்கள்
விபத்துகளின் குறியீடு
எங்கேயும் நிறுத்தலாம்
ரோலரை
எந்த பயமுமில்லாது

நெடுஞ்சாலையெங்கிலும்
கேட்கும்
ரோலர் ஓட்டுபவனின்
நீண்ட நெடிய சங்கீதம்

பிறருக்கான பாதைகளைப்
போட்டுத்தரவே
பிறப்பெடுத்தவன் போல
என்றாலும்

வந்த பாதையை மறந்துவிடாத
இவனே விரும்பினாலும்
போக முடிவதில்லை வேகமாக.

தெரு ஓவியன்

கேடு முழுவதுக்கும்
காரணமான ஒரு தலைவனை
அவன் வரைந்தபோது
பிணம்போல மக்கள் கூடி
வேடிக்கை பார்க்கிறார்கள்

சவமில்லை என
உயிர்கொடுக்க முயலுகையில்
சில்லறைகளை வீசி
பிச்சைக்காரனாக்குகிறார்கள்
தலைவனை

விவரமறியா குழந்தைகள்
விடலைகள் ஏன்
கன்னிப் பெண்களும்
சிலாகிக்கிறார்கள் அதன்
தத்ரூபத்தை

யாருடைய லிபியிலும்
அவனது பெயரில்லை
கிடைக்கும் பாராட்டைக்கூட
சேமிக்கும் லாயக்கற்றது
அவன் கலாநேசம்

தலைவர்களைப் போல
தெய்வங்களையும் வரைகிறான்
விரல் தேய

இயற்கையைக் கிறுக்கும்
சந்தர்ப்பத்தில் மறக்காமல்
பறக்கவிடுகிறான் குருவியை
ஓரிரு தென்னை மரங்களை

இடத்தைப் போன்றே
கூட்டத்தை வைத்தே
கணக்கிடுகிறான் விலையையும்

எப்போது வந்து காசுகளைப்
பொறுக்குகிறான் என்றோ
யாரால் அவ்வோவியம்
அழிக்கப்படுகிறது என்றோ

தேடியலைந்த போது
என்னை வரைந்து கொண்டிருக்கிறான்
இன்னொரு வீதியில்.

ஐஸ் வண்டிக்காரன்

ஒத்தையடிப் பாதைகளில்
ஓடும் இவன் சைக்கிளுக்கு
எத்தனை நெளிவுகளோ
அத்தனை இவனிடத்தும்

குறுக்கும் நெடுக்குமாக
குழந்தைகள் ஓடிவர
அடிக்கும் மணியோசை
அல்லலின் ஒலிபரப்பு

வெக்கைமிக்க கோடைக்கு
வீடாகும் கருந்தேகம்
தொக்கி நிற்கும் உயிர்மட்டும்
தொடர்ந்துவரும் பெரும்பாரம்

பெட்டிக்குள் குளிர்ச்சியை
வைத்திருப்பான்; தன்னுடைய
எட்டடியைச் சுமக்கிறான்
இன்னுமொரு பெட்டியாக

மூப்புவர முனகல் வரும்
முழுதாகத் தடைகள் வரும்
சூப்புமந்த ஐஸ்குச்சி
சொல்லித்தரும் வாழ்க்கையை

ஒழுகலாம்; வழியலாம்
உருவம்கூட கரையலாம்
அழுகமட்டும் கூடாதென்று
அடம்பிடிக்கும் இவன் இதயம்

ராம பாதம் பட்டுவிட்டால்
தீர்ந்துவிடும் சாபமென
ஆமை போல் நகருமிவன்
ஆண்குலத்து அகலிகை

தலையிலே ஐஸ் வைத்தால்
தருவார்கள் யாவுமென
வலையிலே சிக்காமல்
வாழுமிவன் ஈர நெருப்பு

யாரேனும் கைதந்தால்
ஏறுவோம் மேலே; இவனோ
யாரெதிரில் வந்தாலும்
இறங்குவான் சிரித்துக்கொண்டு

இறங்குவதும் ஏறுவதும்
இயல்புதான்; இதற்குள்ளே
உறங்குகிற செய்திகளை
யாரறிவார் இவனன்றி.

மைக்செட்காரன்

கிராமத்துக் குறும்புகளின்
சகல ஜாடைகளோடும்
ஒருவனைப் பார்க்கமுடியுமெனில்
அவனது தொழில்
மைக்செட் கட்டுவதாயிருக்கும்

ஒளிமயமான எதிர்காலத்தைக்
கேட்டுப் பழகியிருப்பான்
பாடல் வரிகளாக

தொடைதட்டும் பேச்சுவல்லுநர்களின்
தைரிய நோயை
மின்வெட்டு நிகழும்
மிதமான இரவுகளில்
கண்டவனாகவும்

தாராளமயத்தை எதிர்க்கும்
கஞ்சப் பிரபுக்களை
ரொம்பவும் தெரிந்தவனாகவும்

லஞ்சத்தைத் தோலுரிக்கும்
கலகக்காரனின்
புத்தி சுவாதீனமற்ற
பொருமலைப் பொறுப்பவனாகவும்

பட்டிமன்றக் குடும்பிகளின்
தப்பிலித்தனங்களை
நங்கு பலிப்பவனாகவும்

கலைந்த கூட்டத்தில்
கடைசி ஒருவனாகவும்

என்னவென்றே
விளங்காத இக்கவிதை போல
ஒவ்வொரு கூட்டத்திலும்
சொல்லிக்கொண்டேயிருக்கிறான்
ஹலோ மைக் டெஸ்டிங்
ஒன் டூ த்ரீ..

அப்பாவியாகுதல்

அப்பாவிகளில் ஒருவர் எனக்கு
அப்பாவாய்க் கிடைத்தார்
அவர் ஏமாறத் தயங்கியதில்லை
ஏமாறுவதுகூட பிரச்சனையில்லை
தொந்தரவு என்னவெனில்
அதையும் அவர் பெருமையாகக் கருதுவதே
அவர் இன்னமும் நம்புகிறார்,
அகிலமே அவருக்குக் கீழ்படிவதாக
தள்ளாடும் வயதிலும் அவர்
தலையில் வைத்துக் கொண்டாடுகிறார்
தம்மை ஏமாற்றிய காலங்களை.
ஆவேசமான கோரிக்கைகள்மீதும்
கோஷங்களின் மீதும் அவர் வைக்கும்
அலாதியான பற்றுதல். மேலும்,
அவர் ஏமாளியாகும் சாத்தியங்களையே
வழங்குகின்றன. அப்பாவின் ஸ்தானம்
கேள்விக்குள்ளாவது பற்றியோ
கேலிக்குரியதாக ஆவது குறித்தோ அவர்
உமியளவும் ஊகிப்பதில்லை.

அப்பாவி அப்பாவின்
தீவிர யோசனைகளில் ஒன்று,
எப்படியாவது தம் மகனையும்
தம்மைப்போலவே அப்பாவியாக்குவதுதான்.
அப்பாவி அப்பாவை அறிய
எளிய வழிமுறை
நீங்களும் கம்யூனிஸ்ட்டாவது
அல்லது கம்யூனிஸ்ட் ஆனதைப்போல்
காட்டிக்கொள்வது.

வெளியேறும் காலம்

இருந்தவீடு என்னுடையதல்ல.
எனவே நான் அங்கிருந்து
அகலவேண்டிய கட்டாயம்.
எனதே என்று நம்பி என்னால்
நடப்பட்ட விதைகள்
மரங்களாக செடிகொடிகளாக
நிமிர்ந்திருக்கலாம். எனினும்
அதைநான் அடுத்தவீட்டிற்கும்
அழைப்பதெப்படி?
வசதியுடனும் வழமையுடனும்
புழங்கிய வராந்தாக்களில்
நானிட்ட இரையை உண்ட
அணில்களும் வௌவால்களும்
இன்றிலிருந்து ஏமாறக்கூடும்.
மீந்த ரொட்டிகளையே
வீசினேனென்று
எறும்போ நாயோ
என்னைப் பழி சுமத்தி
புதியவர்களுடன் குலாவலாம்.
எதிர்வீட்டுக்காரர்களும்கூட

என் மீதான விமர்சனங்களை
கட்டவிழ்த்துக் காயப்போடலாம்
கொடிக்கயிறுகளில்.
இந்தத் திடீர் வீடு மாறுதலில்
கலைக்கப்படும் புத்தகக்கட்டில்
ஒன்றிரண்டு கிழியலாம்.
தட்டுமுட்டு மூட்டையைப்
பிரிக்கும் வேளையில்
தவறவிட்ட பென்சில் பாக்ஸிற்காக
மகளோ மனைவியோ கோபமுறலாம்.
அட்டைப்பெட்டிகளில்
அமுக்கப்பட்ட கவிதைத் தாள்களில்
பலவும் முன் பின்னாக மாறி
முழு அழகுமே கெடலாம்.
எத்தனையோ முறை
வீட்டிலிருந்து கிளம்பிய கால்கள்
இம்முறை வீட்டை விட்டே
கிளம்புகின்றன.
வீடு நம்மை காலி செய்வதையே
வேறு வார்த்தையில் சொல்கிறோம்,
வீட்டை காலி செய்வதாக.

பாம்புச் சட்டை

ஈடுசெய்யமுடியாத
இழப்புகளிலிருந்துதான்
மீண்டுமொருவர் தலைவராகிறார்
எந்தக் காலத்திலும்
இழப்புகள் இழப்புகளாகவே
இருந்துவிடுவதில்லை.
அநித்தியமான உறவுகள்
அநித்தியமான நட்புகள்
நமக்குக் கற்பிப்பதும் அதையே.
முரண்பாடுகளை நேசிக்கப்பழகி
ஒருகட்டத்தில் அவற்றையே
மூளையிலுமேற்றி முடமாவதைவிட
தனித்தே இருக்கலாம்

தன்னந்தனிமையில் கேள்விகளில்லை
தகிக்கும் வாதங்களில்லை
எதுவுமின்றி ஜனித்தவர்கள்
இழப்பதற்கோ பெறுவதற்கோ
என்ன உண்டு? என்னதான் உண்டு?
ஊழியின் உக்கிரத்தை
காளியாகாமல் கடப்பதெங்ஙனம்?
கையறு நிலையிலும்
வந்தவரை லாபமென்று
வாழ ஆளப் பழகியவர்
அறிவின் புரவியிலேறி
அக்கரைக்குப் போகிறார்கள்.
உதிர்ந்த இறகுகளை உத்தேசித்து
ஒரு பறவையாவது
உட்கார்ந்துவிடுகிறதா பறக்காமல்?
பாம்புரு எடுக்கையில்
உணர்வுகளை விலக்கி
உரித்தெறியப் பழகவேண்டும்
சட்டைகளை

வெளவால்

பழங்கள் மட்டுமே உண்ணும்
வெளவால்கள் ஏன் மரக்கிளையில்
தொங்குகின்றன?
பழங்களுக்காக அல்ல எனினும்
தொங்குவதால் பழங்கள்
கிடைக்குமென்பதே
வெளவால்கள் சொல்லவரும்
வாழ்க்கை.

ஆவேசக் கல்

கடைசியாக எறிந்த கல்லில்
கனிக்குப் பதிலாக மரமே சரிந்தது
சாய்ந்துவிட்ட அம்மரத்தில்
எண்ணிடலங்காக் கூடுகளிருந்தன
ஏறி இறங்கி
விளையாடிய சுவடுகளிருந்தன
வசந்தங்களில் பூத்தும்
வெங்கோடைகளில் உதிர்ந்தும்விழுந்த
ஆயிரமாயிரம் இலைகளிருந்தன
ஏக்கத்துடன் இளைப்பாறிய
காதலர்களின் முத்தங்களிருந்தன
இறுதிநாளில் பெய்த மழையின்
நீர்ச்சொட்டுக்கள் மீதமிருந்தன
பால் வாடையடிக்கும் நான்கைந்து
கைகளின் ரேகைகளிருந்தன
கல்லெறிந்த சிறுவனே
அம்மரத்தில் ஆடிய தூளியின்
அசைவுகளிருந்தன

ஒருமரம் சாய்கிறபோது
அதன் சல்லிவேர்களும்
ஆணிவேரும் அசைந்துவிடுவதில்
ஆச்சர்யமில்லை.
கனிக்காகக் கல்லெறிந்தவன்
நேர்ந்துவிட்ட பிழையை
தனதில்லையென்று ஸ்தாபிக்கிறான்.
அவன் பக்கமும் நியாயமிருக்கிறது,
"ஒரே ஒரு கனியை
அவனுக்காக அம்மரம்
ஏன் கொடுக்கத் தவறியது?"
மரத்தின் இயல்பே காய்ப்பதெனில்
அதன் மீது அச்சிறுவன்
கல்வீசியதும் அப்படியே.
பசித்தவன் கல்லெறியத் தொடங்கினால்
இப்படித்தான் காணாமல் போகும்
காடுகள் மொத்தமும்.

இல்லாமல் போதல்

முழுவதுமாக ஒருவரிடம்
அல்லது ஒருவரிடமேனும்
நம்மை ஒப்படைக்கும்வரை
நமக்கு நம்மைத் தெரிவதில்லை
நம்மை நாமே
தெரிந்துகொண்ட பின்
யாருடையக் கட்டுப்பாட்டிலும்
இருப்பதில்லை
விலகியோ விலகாமலோ
நாம் ஏற்படுத்தும் அன்பில்
விளைவதுதான் பிரியங்களா
ஒரு பூ தனது வாசத்தை
உதிர்வுக்குப் பிறகுதான்
உணர்த்துமென்றால், அதைத்
தாங்கியிருந்த காம்பு
தன்னை எப்படி வெளிப்படுத்தும்?
சுயம் என்ற சொல்
இல்லாத நிலையே
இறை நிலை.

அலமாரி புத்தன்

விழாக்காலங்களில்
வீட்டிலிருப்பது விசேஷம்
வீட்டிலிருப்பதற்காகவே வரும்
விழாக்களும் அப்படியே.
விழாவால் நிறைவதில்லை
ஆட்களால் நிறைவதுதானே
வீடும் விழாவும்.
முந்தைய விழாவில்
அதற்கு முந்தைய விழாவில்
இருந்ததுபோல்தான்
இப்போதுமிருக்கிறதா இந்த வீடு
விழாவினால் வீடும்
வீட்டினால் விழாவும்
மகிழ்வுறும் தருணங்களில்
வீட்டைத் துறந்த புத்தன்
எதையோ சொல்கிறான்
அலமாரியில் நின்றுகொண்டு.

அம்மாவை முன்வைத்து

01.
அழுதபடியே
இருக்கும் குழந்தையை
அதட்டும் அம்மாவாகவோ அல்லது
அணைத்துப் பாலூட்டும்படியாகவோ
இருந்தால் எப்படி இருக்குமென்று
நினைத்துக்கொள்கிறேன்.
அம்மாவாக
நினைப்பதிலுள்ள சுகத்தை
எந்த அம்மாவும்
பெற்றதுமில்லை, பெறுவதுமில்லை
குழந்தையின் அழுகையை
எப்படியாவது
நிறுத்திவிடும் ஓர் அம்மா
தேடிக்கொண்டே இருக்கிறாள்
தன் அழுகையை நிறுத்தும்
சந்தர்ப்பத்தை
அழாத அம்மா ஆபத்தானவள்
அழுதுகொண்டே இருக்கும்
குழந்தையோ அதைவிட.

02.
ஊர் பற்றிய
நினைவுகள் வருவதில்லை,
வருவதே இல்லை.
கொஞ்சம் மரங்கள்
கொஞ்சத்திலும் கொஞ்சமான
வயல்வெளி
ஒரு காலத்தில் கரைபுரண்ட
தற்போது வறண்ட ஓர் ஆறு
சேர்ந்து விளையாடிய சின்னஞ்சிறுசுகள்
வேறு என்ன இருந்தது ஊரில்?
பத்து வட்டிக்குப் பணம் வாங்கி
படிப்பித்த அம்மாவும்
நகர நெரிசலில்
தங்கியிருக்கிறாள் என்னுடன்
மகனை நோக்கி
அம்மாவை விரட்டாத
ஓர் ஊராவது இருக்கிறதா
உங்களுக்குத் தெரிந்து.

03.
அம்மாவால்
உண்ணப்பட்ட அல்லது
உண்ணப்படாத
பருக்கைகள்தாம் நாமா
பசித்த அம்மாவின்
ருசித்த உதடுகளில்
இன்னும் அடிப்பவை
பால் வீச்சமல்லாமல்
வேறென்ன

தட்டிலிருப்பது
ரேசன் அரிசியென்பதை
மறைக்கும் பொருட்டுத்தான்
உங்கள் அம்மாவும்
சோறூட்டினாளா
நிலவைக் காட்டி.

வேறு வேறு மழை

எந்த விநாடியில்
பெய்யத் தொடங்கியது
இந்த மழையெனச்
சொல்ல முடியுமா உங்களால்.
சொட்டில் ஆரம்பித்து
கொட்டத் தொடங்கிய அதை
நல்ல மழையென்றோ
அடை மழையென்றோ
சொல்கிறீர்கள். சமயத்தில்
கூடுதலாய்ப் பெய்துவிட்டால்
கொதிப்படங்காமல்
கொட்டுகிறீர்கள் வார்த்தையை
பயங்கர மழையென்று.
ஏன் மழையை
உங்களால் மழையாக மட்டுமே
சொல்ல முடிவதில்லை
ஒன்றை வேறாகப்
பார்த்துப் பழகிய நீங்கள்
மழையையும் வைத்திருக்கிறீர்கள்
பேதம் பிரித்து

கனவுகளின் ஈமக்கிரியை

01.
காண சுகமான கனவுகளைக்
காப்பாற்றுவதே வாழ்வென்றானபின்
யாருக்கு நேரமிருக்கிறது
அக்கனவுகளைப் பரிமாறிக்கொள்ள?
ஒருவர் கனவை இன்னொருவர்
இன்னொருவர் கனவை மற்றொருவர்
மடைமாற்றியோ கடந்தோ
விரைந்துவிடுகிற நமக்கு
இன்னமுமே முடிவதில்லை
கனவிலிருந்து முற்றிலுமாக
வெளியேற.

02.
பெரும் கனவுகளுடன்
வாழ்ந்துகொண்டிருக்கிறோம்
பிறருக்கான வாழ்வை
அடுத்த வேளை உணவை
அன்றாடத் தேவையைக்கூட
ஈட்டிக்கொள்ள முடியாத நாம்
எப்போதாவது பகிர்ந்ததுண்டா?
அதீதக் கனவுகளை.

03.
கண்கள் மங்கிவிடுவதால்
வராமலிருக்கிறதா கனவுகள்?
நாலாந்தலைமுறையிலும்
வசப்படாத கனவுகளோடு
வாழ்ந்துகொண்டிருப்பவர்களால்
நிகழ்த்தப்படுவதே போராட்டங்கள்
போராடி ஜெயிக்கும் கனவுக்கு
ஆஸ்தியுண்டு அஸ்தியில்லை.

04.
அம்மாவின் கனவை மகளும்
மகளின் கனவை பேத்தியும்
காணக்கூடிய சமூகத்தில்
எப்படிச் சொல்ல முடியும்
பழசானவை கனவுகளென்று?
கால இளவரசி திரும்பத் திரும்பப்
பூசணிப் பூக்களை நட விரும்புகிறாள்
புழக்கடைக் கோலங்களில்.

05.
சிரிக்கவோ பழகவோ
சிந்திக்கவோகூட கண்டிருக்கவேண்டும்
கனவுகளை.
ஒரு தீப்பெட்டியின் கனவு
உயிர்பெறுவது உரசலிலிருந்தே
எல்லாமே மாயமென்று சொல்லி
எடுக்கப்பட்ட சினிமாவிலும்
சாதிகள் கலப்பது கனவுக்காட்சியில்தான்
கனவுகளைப் பாவமென்பவன்
இறுதியில் செய்கிறான் இயற்கைக்கு
ஈமக்கிரியை

தலையாய பிரச்சனை

01.
தலைவிரித்தாடுகிறது
தலைவர் யார் என்கிற பிரச்சனை
ஒரே நாளில் தங்கள்
உபாதைகளைப் போக்கக்கூடிய
ஓரிரு நாளில் தங்கள்
உயரங்களைக் காட்டக்கூடிய
ஒரே ஒரு தலைவருக்காகக்
காத்துக்கிடக்கிறார்கள் மக்கள்.
அவரிடம் அது இருக்கிறது
இவரிடம் இது இருக்கிறது எனப்
பேசிக்கொண்டிருக்கும் அவர்கள்
பேச மட்டுமே தெரிந்த ஒருவரைப்
பேசக்கூடத் தெரியாத மற்றொருவரை
எடைபோட எண்ணுகிறார்கள்
தேர்தல் தராசில், அவர்கள்
உற்பத்தி செய்திருக்கும் நாற்காலியில்
உட்காரும் தகுதியுடைய
ஒருவரை வைத்து.
கொல்லவும் தொடங்கியிருக்கிறார்கள்
ஏற்கெனவே இருந்த
எல்லாத் தலைவர்களையும்.

02.
வீதியிலிறங்கிப் போராட
விழுந்துவிடாமல் முன்னேற
தலைவனே இல்லை என்பவர்கள்
தயாரித்து வைத்திருக்கிறார்கள்
கிரீடங்களையும் மகுடங்களையும்
தங்களில் ஒருவனுமே
தலைவனில்லை எனும் அவர்கள்
ஏங்கிக்கொண்டிருக்கிறார்கள்
ஏலமிடும் தரகனின் வருகைக்காக
அவர்கள் காத்திருப்பில்
நொண்டிக் குதிரைகள்
முண்டியடிக்கின்றன வண்டியிழுக்க
ஆனால் அவர்களோ
தங்கள் பொதிகளைச் சுமக்கத் தேடுகிறார்கள்
பொருத்தமான கழுதையை
இனிமேல்தான் ஒரு தலைவன்
வருவானென்றால் என்ன செய்யலாம்,
இப்போதுள்ள தலைவர்களை.

03.
காலியான கூடாரத்தின்
கடைசி மனிதன்
அதிர்ந்த குரலில் அறிவித்துக்கொள்கிறான்
தானே தலைவனென்று.
வழிமொழிய ஆளில்லாத அவன்
வாய்க்கு வந்ததையெல்லாம்
வாரி இறைக்கிறான் நம்பிக்கையுடன்.
அறத்தைக் கொன்றுவிட்டு
ஆளத் துடிக்கும் அவனுக்கு

வந்து வந்து குவிகின்றன வாய்ப்புகள்
எள்ளி நகையாடுகிறான் எதிரிகளை
முட்டாள்தனமான முன் அனுபவங்களை
கடைவிரிக்கிறான் காத்திரமாக.
தானே நாடென்றும்
தனக்கே நாடென்றும் சொல்லும் அவன்
விளங்கி வைத்திருக்கிறான்
வியாபார அரசியலை
உண்டியல் குலுக்கி உருவான தலைவர்கள்
ஓரத்தில் நிற்கிறார்கள்
பணம் தின்னும் கழுகாக மாறிவிட்ட
ஜனங்களைப் பார்த்தபடி.

கொடுத்தல்

01.
நாடு நமக்கும், நாம் நாட்டுக்கும்
கொடுக்க வேண்டியது ஒன்றிருக்கிறது
அது, கொடுக்கப்படாதபோது
ஆலைச் சங்கொலிகள் உற்பத்தி செய்யும்
ஒப்பாரிகளைக்
கற்றுக்கொடுக்க மக்களும்
காட்டிக்கொடுக்கத் துரோகிகளும்
எப்போதும் முன்னே வைக்கிறார்கள்
உரிமைகளை.

02.
முழுப் பூசணியைச்
சோற்றில் மறைக்கலாம்
சோற்றை மறைப்பவனுக்கு
அல்லது மறைத்தவனுக்கு
எந்தக் காலத்திலாவது
சொந்தமாகியிருக்கிறதா
ஒரு பூசணியாவது

மனத்துக் கண்

01.
ஒரு நல்ல சிநேகம்
அடையவேண்டிய இடத்தை
அதுவே தீர்மானித்து
அதுவே அடைந்தும்விடுகிறது
வழிகளிலோ வார்த்தைகளிலோ
அது சிக்குப்படுவதில்லை
உரிய இடத்தை வந்தடையும்
இறுதி யாத்திரையிலும்
அதற்குத் தேவைப்படுவதில்லை
நான்கு பேர்

02.
யார் மனதிலோ
யாரோ இருக்கிறார்கள்
அந்த யாரைத் தெரிந்துகொள்ள
ஏங்கிக்கொண்டிருப்பதுதான்
எல்லா மனமும்.

03.

மனம்
மனமாகவே இருப்பதில்லை
அது அவ்வப்போது ஆகிவிடுகின்றன
குரங்காகவும் தவளையாகவும்
சமயத்தில் காதலுடனும்
சமயத்தில் கசப்புடனும்
கட்டுக்குள் வைக்க நினைத்துக்
காணவில்லையென்பவர்களே
இறுதியில் ஆகிறார்கள்
கவிஞனாகவோ, துறவியாகவோ.

04.

மனமே சாட்சியானால்
குற்றங்களும் தண்டனைகளும்
குறையலாம்
இப்படியும் யோசிக்கலாம்
குற்றங்களும் தண்டனைகளும்
குறைந்துவிட்டதெனில்
யாருக்குத் தேவை
சாட்சிகள்?

05.

மனமிருந்தால் மார்க்கமில்லை
மார்க்கமெல்லாம் சொல்வது மனத்தையே
கண்களே தேவையில்லை
மனதால் ஒன்றையோ ஒருவரையோ
பார்க்க விரும்புகிறவர்களுக்கு
இன்னொன்று,
மனமே கண்ணானால்
மரணத்திலும் தூக்கமில்லை.

அவரவர் கோகிலா

01.
கோகிலாவைப் பார்த்ததிலிருந்து
என்றுநான் எழுதிய கவிதையில்
என்னைத் தாண்டியும்
பிறரது கண்கள் துழாவின கோகிலாவை
கோதுமை நிறமுடைய
குறுநகை இதழுடைய
இடை சிறுத்த
இளநீரை நிகர்த்த
இன்னும் இன்னும் வெவ்வேறாகக்
கோகிலா பார்க்கப்படுகிறாள்
அனுமதி கோராமல் பார்ப்பதில்
குற்றமோ குறையோ
குதர்க்கமோ காமமோ இல்லை
ஒரே ஒரு சந்தேகமுண்டு
ஊரே அவளை
முன்னும் பின்னும் பார்க்க
கோகிலா ஏன் யாரையுமே
பார்ப்பதில்லை.

02.
தையல் மிஷினில் அமர்ந்த கோகிலா
மிகச் சின்ன ஊசித் துளையில்
உற்றுப்பார்க்கிறாள் யுகத்தின் குறுகலை
அதைவிடவும் சின்னத் துவாரத்தில்
தானும் தன் வாழ்வும்
திணிக்கப்பட்டதை
அறியாதவாறு.

03.
கோகிலாவால் கழுவிக் கவிழ்க்கப்பட்ட
காபி டபராக்களில்
திட்டுத் திட்டாய்த் தென்படுகின்றன
அவளது வீட்டு ஆண்களின் கறைகளும்.
அவளுக்கு மிகப் பிடித்தமான
சின்ன வயதுப் புல்லாங்குழலே
கேஸ் பற்றவைக்கும் லைட்டராக
உருமாறியதை உணர்ந்து சிரிக்கிறாள்.
அர்த்தமுடைய அந்தச் சிரிப்புகளில்
வெந்து கருக மனமில்லாது
வெளியேறுகிறது
வாழ்க்கை.

04.
தூரத்தில் வருகிறபோதே
கோகிலா தனது குணத்தைத்
தெரிவித்துவிடுகிறாள் அசைவுகளில்
குதறி எறியும் பார்வைகள்
அவளுக்குப் பிடிப்பதில்லை
குற்றம் பார்க்கும் சுற்றங்களை
கூட்டிக்கொண்டே திரிகிறாள்

ஒரு குழந்தைக்கு அம்மாவாக.
கோகிலாவை உங்களுக்கும்
பிடித்துதானே இருந்தது?
அவள் திருமணமானவளென்று
சொல்லும்வரை

05.
கோகிலா தனது மேலாடையை
அவ்வப்போது சரிசெய்வது
எதன் பொருட்டென்று
எல்லோருக்கும் தெரியும்
கண்களால் காயமுற்ற
அவளது தேகத் தளும்புகளை
விதவிதமான துணிகளால்
முடிந்தவரை மூடிக்கொள்கிறாள்
பொதுவெளியில் ஆணாகத்
தன்னை நிறுவ முயலும் அவள்
அறுத்தெறியவே விரும்புகிறாள்
ஸ்தனங்களை.

06.
கோகிலா முத்தமிடுகிறாள்
ஆதிக்காதலின் மிச்சத்தை உணர்த்த.
அவளுடைய ஒற்றை முத்தத்தில்
ஜாதி மல்லிகளும் கீழா நெல்லிகளும்
ஓங்கி உயர்ந்து வளர்ந்தன.
வெப்ப மண்டலத்தில்
விடாது பெய்யத்தொடங்கின
மாமழை மேகங்கள்.
அவள் அந்த முத்தத்தின் வழியே
மூதாதையர்களின் எலும்புக்கூடுகளை

உயிர்பெறச் செய்கிறாள்.
பலவான்களை அடித்து நொறுக்குகிறாள்.
கோகிலாவின் முத்தமென்பது
நாபிக்கமலத்தை மலரச்செய்வது.
அவள் முத்தத்தை வாங்க
மீண்டும் மீண்டும் ஒருவனே
வந்துகொண்டிருக்கிறான் வரிசையில்.

07.
குழந்தையுடன் விளையாடுவதும்
கோகிலாவுடன் விளையாடுவதும்
ஒன்றுதான்.
இரண்டுபேருமே
தோல்வியின் கங்குகளைத் தொடவோ
சகாயம் கிடைக்காதபோது
ஆட்டத்தைக் கலைக்கவோ
தயங்குவதில்லை.
தன்னை முன்வைத்தே எதையும்
தீர்மானிக்கும் கோகிலா
தடாலடி முடிவுகளால் இருப்பவரை
அதிர்ச்சியுறச் செய்திருக்கிறாள்
மனப்பொருத்தம் வாய்க்காத
கைநிறைய சம்பாத்யம் இல்லாத
அடிக்கடி சந்தேகப்படுகிற
அவ்வப்போது துரத்திவிடுகிற
கணவனுக்காக அலகுகுத்தி
அம்மன் கோவில் வாசலில்
தீ மிதிக்கிறாளென்றால்
நம்பவா முடிகிறது?

08.
ஞானக்கூத்தனின் சைக்கிள் கமலத்தைக்
கோகிலாவுக்குத் தெரியாது
தெரிந்திருந்தால் எப்போதோ
அவளும் பழகியிருப்பாள் சைக்கிள் ஓட்ட
அங்கேயும் இங்கேயும் நடந்து நடந்து
கால் வலி கண்டதுதான் மிச்சம்
கோகிலா தற்போது
வேளாங்கண்ணி மாதாவிடம்
வேண்டியிருக்கிறாள்
வலி சரியாகும் பட்சத்தில்
உப்பை எடுத்துக்கொண்டு
நடந்தே வருவதாக
கூர்ந்து கவனிக்கத் தக்கதே
அம்மனைத் தொழுதுவந்த அவள்
மாதாவிடம் சரணடைந்தது.

09.
எதையும் மனதிலேயே
வைத்திருக்கும் கோகிலா
இப்பொழுதோ தேடிக்கொண்டிருக்கிறாள்
மனதை எங்கே வைத்தோமென்று
இருந்த ஒரு மனதையும்
எங்கேயோ வைத்தவிட்ட அவள்
யாருடைய மனதில் குடியேறுவாளோ?
கூச்சத்தின் விரல்பிடித்து
நடை பழகிய அவளை
வயது முதிர்ந்த தோற்றத்தில் பார்ப்பது
வருத்தமில்லை
இப்பொழுதும் எனக்கெழும்
ஒரே ஒரு சந்தேகம்

இந்த வயதிலும் அவள் ஏன்
ஒருவரையும் பார்ப்பதில்லை
உடம்புக்கு அப்பாலுள்ள வாழ்வைத்
தெரியவே தெரியாதா
கோகிலாவுக்கு.

ஒரு குரல் ஒரே குரல்

01.
ஒரு குரல் கேட்கிறது.
அது யாருடைய குரலோ
யாருக்கான குரலோ
அக்குரலுக்கு உரியவர்,
அக்குரலை எங்கிருந்தோ பெறுகிறார்
வேறு குரலுக்குத் தன் குரலைத்
தத்தம் செய்த அவருமே அறியவில்லை
தம் குரல் எதுவென்பதை
இன்னொருவர் குரலுக்கு
இடையறாமல் வாயசைத்த அவர்
தற்போது வருந்துகிறார்
யாருமே தனக்காகக்
குரல் தரவில்லையென்று

02.
நாமெல்லோரும் பேசுவது
இரவல் குரலில்தான்
நம்முடைய குரல்களை
களவாடியது வேறெவரோ
குரலால் பேசினால்
குட்டு வெளிப்படுமெனக்
குழலூதுகிறான் கண்ணன்
ரகுபதி ராகவ ராஜாராம்
அடித் தொண்டையில் கத்துகிறார்
ஒரே நாடு ஒரே மொழி ஒரே குரல்
குரல்வளைகள் நெறிக்கப்படுகையில்
கோஷமிடுபவர்கள் வீழ்வார்கள்
குண்டடிப்பட்டு.

03.
எங்கிருந்தாலும் பிழைத்துவிடுகிறது
ஏற்றமும் இறக்கமும் உடைய ஒரு குரல்
ஓலமிடுபவர்களை
உதறியோ உருக்குலைத்தோ
சந்தர்ப்பங்களைப்
பயன்படுத்தும் அக்குரல்
முதலில் அறுக்கத் துணிவது,
சாட்சியங்களின்
கழுத்தையே.

04.
குறையொன்றுமில்லை என்ற
எம்.எஸ்.ஸின் குரலில்
மறுபடி மறுபடி தெரிகிறார்கள்
மறைமூர்த்தி கண்ணன்கள்.

குரலில்லாமலேயே ஆட்சிசெய்த
ராமச்சந்திரனை இப்பொழுதும்
பின் தொடர்வதாகவே
பிதற்றுகின்றன மாயமான்களும்

05.
குரல்களில் உருக்கொண்டதே
ஆரியமும் திராவிடமும்
ஓங்கிய குரலோ ஒதுங்கிய குரலோ
குரல்களைப் பொறுத்தவரை
அது எப்போதுமே செல்வது
அதிகாரத்தை நோக்கியே.

06.
கண்ணில்லாதவர்
இவ்வுலகத்தைக் குரல்களால் அறிகிறார்
குரல்களில் தென்படும்
நெளிவு சுளிவுகளை வைத்தே
கற்பனை செய்கிறார் முகங்களை
வாழ்வின் தடங்களையும்
தடயங்களையும் குரல்களின் வழியே
உணரக்கூடிய அவர் உதடுகள்
ஒருபொழுதும் புகழ்வதில்லை
தாய்மொழியை
யாருக்கு எது தேவையென்பதைக்
குரலிலும் அறியலாம்
குரலாகவும் அறியலாம்
ஒரே ஒரு உண்மை,
குரலிருப்பவர்களால் மட்டுமே
கூப்பிட முடியும்
தெய்வங்களை.

நான்

யாரோ ஒருவருடைய
கவிதைபோல் என்னுடையதில்லை
யார் அவர் என்பதைக்கூட
அறியாதவனே நானும்
வானத்தை அளப்பதல்ல
வௌவாலின் வேலை
விதைமேல் விழுவது
மழையின் பாக்கியம்
நானெனப்படுவது
நான் மட்டுமே
எங்கிருந்து ரசித்தாலும்
சதுரமாவதில்லை நிலவு
இடப்பட்டது தொட்டியெனினும்
இயல்பாகப் பூப்பதே
பூ.

கண்ணம்மா கவிதைகள்

01.

தொட்டிநீரில் விழுந்த
தட்டானோ பட்டாம்பூச்சியோ
ஈரம் தோய்ந்த தம் இறக்கைகளால்
மழைதூவுவது போலிருக்கிறது
எப்போதாவது நீ சிரிப்பது
இயல்பின் கதகதப்பில்
அச்சிரிப்பைப் பத்திரப்படுத்த
எத்தனைமுறை
சிராய்த்துக்கொண்டேனென
தெரிந்துமே தெரியாததுபோல்
நடந்துகொள்வது ஏன் கண்ணம்மா
கட்டறுந்து பறக்குமென்
காதல் நுனியை
உன் முந்தியில் முடிந்துகொள்ளும்
ஆசையை இனியேனும்
அவிழ்ப்பாயா கண்ணம்மா
அடர்ந்த கானகத்தின்
அத்தனை மரங்களுமே
ஒரே ஒரு விதையிலிருந்தே
ஓங்கி உயர்ந்ததென்று
உன் ஒவ்வொரு சிரிப்பும்
சொல்கின்றன கண்ணம்மா

02.
கண்ணில் புரைவிழுந்ததென
புலம்புகிறவர்களுக்கு
நிறையென நீ விழுந்ததை
சொல்லாதிருப்பதெப்படி கண்ணம்மா
நேர்ச்சைக்கு பலிதரும் பிராணிகளையும்
நேசிக்க பழக்கிய நீ
காதலெனும் வாளால் எனை
காவு வாங்கத் துணிவாயெனவும்
காத்திருக்கிறேன் கண்ணம்மா
பதினான்காம்நாள் பௌர்ணமியை
முதல் நாளே பார்க்கும்
தீவிரத்துடன்

03.
முளைகட்டிய தானியம்போல
மனசின் அத்தனைப் பரப்பிலிருந்தும்
துளிர்விடும் உன் நினைவுகளை
அடங்கா ஆச்சர்யத்துடன்
அதிசயிக்கிறேன் கண்ணம்மா
வழிகாட்டுதல்களை
ஒழுக்க விதிகளை முட்டித்தள்ளி
முளைவிடுவதுதான் காதலில்லையா?
பெருக்கெடுத்து ஓடும்
வெள்ள நேரத்து வாய்க்கால்
எங்கே உடைத்து
எப்படியெப்படி வெளியேறுமென
யார் அறிவார் கண்ணம்மா?
எதேச்சையாக அரும்பியதெனினும்
அது இயற்கையின் விளையாட்டென்றும்
அதிர்வுகளென்றும் நீயோ, நானோ

மறுப்பதற்கில்லையே
இப்போதேனும் இவ்வளவுப் பூக்களைக்
கொடையளித்த இறைவனின்
பாதக் கமலத்தில் இடுங்கிக்கொள்ளத்தான்
இத்தனையுமா கண்ணம்மா
ஒரே விநாடியில்
ஒளி தளும்பும் நம்முடைய
உரையாடல் கங்கிலிருந்து
ஆயிரமாயிரம் அகல் விளக்குகளை
ஏற்றிக்கொள்வதன்றி
வேறேதும் வழியிருக்கிறதா
கண்ணம்மா

05.

மல்லாத்திய பேரீச்சம் பழமென
ஓரச் சதை பிதுங்கும் உன் உதட்டில்
ஒத்தடம்போல் நானிடும்
முத்தங்களில்
காடுகளும் மலைகளும்
புரண்டு படுத்ததைப்
புரிந்துகொண்டாயா கண்ணம்மா
உச்சந்தலை ஊற்றெடுக்க
உருண்டோடும் ஏக்கங்களில்
கூழாங்கற்களும்
இனப்பெருக்கத்திற்கு உள்ளானதை
இன்னமுமே மறைப்பதெப்படி
உன்னால் மட்டுமே
முடிகிறது கண்ணம்மா
பொய் கோபங்களையும்
புஷ்பக விமானமாக்க

06.

இன்னும் சில நாழிகையே
இருப்பேனெனத் தெரிந்து
வெட்கம் பாரித்த உடலுடன்
நீ பேசத் தொடங்கும் வார்த்தைகளில்
நண்பகல் இருள்கிறது கண்ணம்மா
நாசமத்துப்போகும் காதலில்
நானோ நீயோ எல்லைமீறிவிடுவதில்
பிரிவென்ற சொல்லே
பிடித்திருக்கிறது கண்ணம்மா

09.

ஒருசில சமயங்களில்
உன் நினைவுப் பக்கத்திலிருந்து
பாசப் பரியேற்றும் தாயாயிருக்கிறது
ஒரு கவளம் ஒரே ஒரு கவளமென
ஆசைகளை ஆசையோடு
எப்படியாவது திணித்துவிட
எண்ணுகிறது
சமயங்களில் கொட்டுவைத்துக்
குளிப்பாட்டியும்கூட விடுகிறது
ஒரு தாய் தானீன்ற
குழந்தைக்குச் செய்வதிலும்
அதிகமான பணிவிடைகளைச் செய்து
கட்டிக்கிறது. முத்தமிடுகிறது.
கடிந்துகொள்கிறது.
காட்டுத்தனமாகவும் புகழ்கிறது.
வேறு என்னென்ன செய்கிறது என்பதையும்
சொல்லத்தான் விரும்புகிறாயில்லையா
வேலையாயிருக்கிறேன்
அப்புறம் பேசு என்கிறது. அருகில்

அம்மாவோ பாட்டியோ அப்பாவோ
இருப்பதாகச் சொல்லி ஓடிவிடுகிறது
கூட இப்போது தோழியிருக்கிறாள்
கூப்பிட முடியாது என்கிறது
என்ன ஆனாலும் இன்று
பார்க்காமல் போவதில்லை என்கிறது
பரிதாபத்தோடு நிற்குமென்னை
மேலும் பரிதாபத்துடன் பார்த்து
உனக்குக் காதலிக்க
எப்போதுதான்
தெரியப்போகிறதோ என்கிறது.
தெரிந்து செய்வதல்ல காதல்
தெரியாமல் செய்வதுதான் காதலென்று
இருவருக்குமே தெரிவதில்லையே
கண்ணம்மா

11.
ஆண்டாளின்
அணுக்கத்தோழியே நீயுமென
அறியாதிருந்த முற்பொழுதில்
தைமாதக் கோலங்களைத்
தவிர்த்திருக்கிறேன் பார்க்காமல்
இழுபட்ட கோடுகளில்
எங்கோ ஒளிந்துள்ள புள்ளிகளை
இடையறாமல் தேடுவதே
இன்பமளிக்கிறது இப்போது
மொத்த உடலிலும்
ஏதோ ஓர் இடத்திலேயே நானுண்டு
எந்த ஆலிங்கனத்தில்
உட்கரைந்து போனயென்னை
உயிர்ப்பிப்பாய் கண்ணம்மா

கனன்றெரியும் தீபங்களை
அணைத்தணைத்துப் பெருகும்நீ
நாற்புறமும் பரப்புகிறாய்
காதலின் வெளிச்சத்தை

12.
யாரோ கிழித்தெறிந்த
தலையணையின்
பஞ்சுப்பொதிகளைப்போல
மேகங்களல்ல, உன் நினைவுகள்.
மேகங்களுரச மழை வருமாமே
நினைவுகளுரச எதுவருமென
என்றேனும் ஊகித்திருக்கிறாயா
இத்தனை ஈரமுடைய நினைவுகள்
ஏன் காய்வதே இல்லையென்றும்.
பூப்பிலும் காய்ப்பிலும்
பூரித்துக்கிளம்பும் இந்நினைவுகள்
மூப்பிலும் சாவிலும்கூட
தொடர்வதல்லவா
பொதுவாக நினைவுகளென்றால்
என்ன கண்ணம்மா?
திரும்பத் திரும்ப ஞாபகம் வருவதா
திரும்ப முடியாமல் திணறுவதா
நினைவுச் சகதியில் இறங்கிவிட்ட
முயலாக முன்னும் பின்னும்
முண்டிக்கொண்டிருக்கிறேன்
கை நீட்டி மேலே இழுத்துவிடும்
காரியமே காதலென்பதை
இன்னமுமே நீ உணரவில்லையே
கண்ணம்மா

13.

ஆடைகளோ அணிகலன்களோ
அளித்துக்கொள்ளும் பரிசுகளோ
எதுவாவது காட்டக்கூடுமா
காதலைத் துல்லியமாக
ஒரு வாழ்த்து அட்டையின்
வரிகளிலிருந்து வாசிக்கமுடியுமோ
அன்பின் அர்த்தங்களை
கடற்கரை மணலிலோ
கால் அயறாத நடையிலோ
பூங்காக்களின் மரபெஞ்சிலோ
சம்மணமிட்டு அமர்ந்துகொள்வதுதான்
காதலின் ஸ்தூல வடிவா கண்ணம்மா
ஒன்றுமே பேசாமலிருக்கிறாயே
இந்த அமைதியும் மவ்னமும்கூட
காதலின் உச்சபட்ச
கௌரவங்களா கண்ணம்மா
ஒரு கார்த்திகைத் திருநாளில்
எத்தனையோ தீபங்களுக்கு நடுவே
நின்றுகொண்டிருந்த உன்னையும்
எரியத் தூண்டிய என் கண்களில்
அதிக வெளிச்சமிருந்ததை
அறிந்தாயா கண்ணம்மா

14.

எத்தனை வைராக்கியமுனக்கு.
ஒரு முத்தம் இடுவதற்குள்
முன்னூறு சிணுங்கல்கள்
ஒரு அணைப்புக்குள் ஆயிரம்
விலகுதல்கள்
வேட்டைக்காரனைக் கண்டோடும்

வீட்டுப்பிராணியைப் போல்
மறைந்துவிடுவதுதான்
உன் மகிமையா கண்ணம்மா
விட்டுக்கொடுத்துப் போவதே
வாழ்க்கையெனினும்
விடாமலும் கொடாமலும்
இருப்பதையா கருதிக்கொண்டிருக்கிறாய்
கற்பென்று
காரணத்தோடு கொடுத்துவிடுவதும்
காரணமில்லாமல் எடுத்துக்கொள்வதும்
காதலில் சேர்த்தியில்லையா
கண்ணம்மா?

15.
பாதங்களில் கிளர்ந்தெழும்
பரல்களின் ஓசையிலோ
கையசைப்பில் பெரும்
வளையின் ஒலிகளிலோ
காணாமல் போய்விடுகிறேன்
கண்ணம்மா
நீ கேட்கலாம்
எதிரேதானே இருக்கிறாயென்று.
இருந்துகொண்டே இல்லாமலும்
இமைகளுக்குள்ளே காணாமலும்
ஒளிந்து கொள்வதே காதலென்று
உனக்குமா சொல்ல வேண்டும்?
கோயிலில் இசைக்கப்படும்
தொடர்ந்த மணியோசை
பிரகாரம் சுற்ற அல்ல
தெய்வம் பார்க்கத் தானே
தெரியாதா கண்ணம்மா

16.
ஆரத் தழுவிக்கொள்ள நீ
அனுமதிக்கும் போதெல்லாம்
அடிவயிற்றில் பரவும் நெருப்புக்கு
அர்த்தமென்ன கண்ணம்மா?
விலகி வெளியேறும் போதும்
ஒதுங்காத உன் நினைவுகளை
அச்சத்தோடு பதுக்குகிறேனே
அடுத்தவர்க்குத் தெரியாமல்.
அணைத்தால் பற்றிக்கொள்ளும்
ஆனந்த அக்கினியைத்தான்
காதலென்று கதைவிடுகிறார்களா
கண்ணம்மா
தனிப்பெரும் கருணையில்
தாங்கிக்கொள்ளும் உன்னை
அருட்பெருஞ் ஜோதியென்று
அறிவிக்கவா கண்ணம்மா

17.
எதைவிட நீ பெரிதென
நச்சரிக்கிறார்கள் கண்ணம்மா
வானளவா கோளளவா
வையத்துக் கடலளவா
எத்தனைமுறைதான்
அவர்களுக்கு அறிவிப்பது
பெரிது சிறிதெல்லாம்
பிரியத்தில் இல்லையென்று.
அளவிற்குள் நிற்பதல்ல
அன்பென்று அவர்களுக்கு
நீயாவது சொல்லக்கூடாதா
கண்ணம்மா

18.
மேடையில்
மிக நீண்ட வாக்கியங்களை
முடிக்கத் தெரியாத ஒருவன்
நேரத்தைக் கொல்வதுபோல
பேசிக்கொண்டே இருக்கிறோம்
நீயும் நானும்
அங்கங்களில் நிறைவுறாத
காதலும் காமமும்
அடுத்தடுத்தச் சொற்களை
தூக்கிவந்து தருகிறது துரட்டியாக
பசித்த ஆடுகளுக்கு
இலைபறித்துப்போடும் இடையன்
அவிழும் வேட்டியை
அவ்வப்போது இறுக்குவதொப்ப
உரையாடல் ஒவ்வொன்றும்
உன்னையோ என்னையோ
உசுப்பிவிடுகிறது கண்ணம்மா

19.
கோடையின் உக்கிரச்சூட்டில்
உடைந்துவிடுகிற வெள்ளரிப்பழமென
உன்னுடனான ஒவ்வொரு சந்திப்பிலும்
என்னைநீ திறந்துவிடுகிறாய் கண்ணம்மா
சாய்ந்த பொழுதுகளில்
சாளரத்தில் வந்தமரும்
தைலாங் குருவி ஒலிபோல
கேட்கும் முன்னமே
கிளர்த்துகின்றன உன் சொற்கள்
வாதங்களுக்கு அப்பாலுள்ள

வன்முறையான பிரியங்களில்
போடா என்பதுதான்
உன் அதிகபட்ச ஆவேசம் கண்ணம்மா
போக்கிடம் அற்றவன்
எங்கே போவதோ உன்னைவிட்டு

20.

வாசித்தப் பக்கங்களை
நினைவில் வைக்க எந்த நூலிலும்
இடதுமூலையோ வலதுமூலையோ
மடிக்கப்படுவதுபோல
வந்து சென்றதை ஞாபகத்தில் இருத்த
அவ்வப்போது என்னையும் முத்தங்களால்
மடித்துவிடுகிறாய் கண்ணம்மா
உனக்குத் தெரியுமோ தெரியாதோ
உன் முத்தம் ஒருகட்டத்தில்
உன்மத்தம் ஆன கதை

21.

இரவின் பேரமைதியை
ஊடறுக்கும் ஜென்ஸியின் பாடலென
கண்ணீரை நுனிக் கண்ணிலும்
காதலை நடுக் கண்ணிலும்
வைத்திருக்கிறாய் கண்ணம்மா
வளர்ந்து வளர்ந்து பெரியதான நீ
உணர்ந்து உணர்ந்து சிறுமியாகிறாய்
ஊசியின் துளை நுழைந்த நூல்
இழுக்க இழுக்க அதே துளையில்
அறுபடாமல் நீள்வதுபோல்
வேறு நினைவின்றி

ஆசைகளைத் தைக்கிறாய் கண்ணம்மா
போகிறபோக்கில்
துவைகல்லுமே உன் துணையினால்
துளசி மாடமாகுமோ என்னவோ

22.
ஒன்றன்பின் ஒன்றாக
எறும்புகள் ஊர்ந்ததெனில்
பெரியவர்கள் சொல்கிறார்கள்
பெருமழைப் பெய்யுமென்று
ஒன்றன்பின் பலவாக
நீ உகுக்கும் முத்தங்களோ
மழைக்குப் பிறகான மனோநிலை
எதிர்பார்க்கையில் ஏமாற்றி
எவருமே கேளா ஒருகணத்தில்
சட்டென்று பெய்வதே
மழையென்கிறேன் கண்ணம்மா
முத்தங்களால் மழையையே
ஈரமாக்கலாம் எனும்பொழுது
எப்போதாவது வருவதுதான்
இன்பமில்லையா கண்ணம்மா

23.
பிறப்புக்கும் இறப்புக்கும்
நடுவிலே ஒரு பித்தலாட்டம்
இதுவே வாழ்க்கையென்று
எவரெவரோ எழுதிச்சென்றார்
பிறப்புக்கும் இறப்புக்கும்
நடுவிலே நீயிருந்தால்
தொலையுமோ வாழ்க்கையென்று
தொடர்கிறேன் கண்ணம்மா

ஒரு சின்ன திருத்தம்
பிறப்புக்கும் இறப்புக்கும்
நடுவிலே நீயில்லை
பின்னெப்படி என்கிறாயா கண்ணம்மா
இன்னமுமே தெளிந்துசொல்வேன்
பிறப்புக்கு முன்னேயும் நீதான்
இறப்புக்குப் பின்னேயும் நீதான்

24.
மகிழ்ந்து பகிரும் முத்தங்களைவிட
மனச்சோர்வில் பகிரப்படும் முத்தங்களே
அதீத ருசியடி கண்ணம்மா
வம்பு வளர்த்து சண்டையிட்டபின்
வாரியணைத்துத் தரப்படும் முத்தங்களில்
ஒருநல்ல நாள் வரவழைக்கப்படுகிறது
இதழ்கள் பின்ன நீளும் முத்தச்சடையில்
இறுதி முடிச்சாக இதயமமவைவதே
பொன்முத்தம் பூவின் முத்தம்
திட்டமிடாமல் பெற்றவந்த முத்தங்களில்
ஒன்றே ஒன்று தொலைந்துவிட்டது
எப்போது அதை நான் திரும்பப்
பெறலாமெனத் தெரிவிப்பாயா
கண்ணம்மா

25.
வற்றிவிட்ட ஓடையின் மேற்புறத்தில்
நீரைச் சேமித்த வில்வமரங்கள்
நிற்கின்றன காய்களை இறைத்தபடி
கவலைதோய்ந்த உன்முகத்தை
களிப்பாக்க நானுமே இறைக்கிறேன்
கண்ணீர்த் துளிகளை

கொடுக்கல் வாங்கலில் சுழல்வதே
வாழ்வுச் சகடையென நீரற்றக் கிணற்றிலும்
காதல் கயிறுமுடிந்த வாளியாக
நீயிருக்கிறாய் கண்ணம்மா
ஓடையோ கிணறோ
பின்னொரு நாள் சுரக்குமென்கிற
உத்வேகமே நினது சொல் கண்ணம்மா

26.

காற்றடிக்கும் திசைக்கெதிரே
நெல்தூற்றும் உழத்தியென
உனக்கு எதிர்த்தாற்போலிருந்தே
என்னை நான் தூற்றிக்கொள்கிறேன்
பொக்குகளும் பதர்களும் ஒதுக்கி
மரக்காலில் அளந்துபோட
சாக்குமூட்டையில் நிறைகிறதன்பு
குட்டிக்குட்டி மணிகளாக
எங்கேயோ இருக்கும் ஒருவனின்
பசிபோக்க எத்தனை எத்தனையோ
கைமாறி வருவதுதான்
காதலில்லையா கண்ணம்மா.